പ്രതിഭകൾ മങ്ങുന്നതെന്തുകൊണ്ട്

സിനിമ ഒരു വിചാരണ

prathibhakal mangunnathenthukondu

cinema oru vicharana

•

john paul

•

first edition
june 2009

•

typesetting
athma

•

published
chintha publishers, thiruvananthapuram

•

•

cover
sudheesh kottembram

•

വിതരണം

ദേശാഭിമാനി ബുക്ക് ഹൗസ്

H O തിരുവനന്തപുരം–695 001

ബ്രാഞ്ചുകൾ

ദേശാഭിമാനി റോഡ് തിരുവനന്തപുരം • ഓവർബ്രിഡ്ജ് തിരുവനന്തപുരം • കെ എസ് ആർ ടി സി ബസ് സ്റ്റേഷൻ ആലപ്പുഴ • കെ എസ് ആർ ടി സി ബസ് സ്റ്റേഷൻ എറണാകുളം • ഐ ജി റോഡ് കോഴിക്കോട് • മാവൂർ റോഡ് കോഴിക്കോട് • എൻ ജി ഒ യൂണിയൻ ബിൽഡിംഗ് കണ്ണൂർ • സെൻട്രൽ ബസ് ടെർമിനൽ കോംപ്ലക്സ് താവക്കര കണ്ണൂർ

CO - 1316 / 2246

പ്രതിഭകൾ മങ്ങുന്നതെന്തുകൊണ്ട്

സിനിമ ഒരു വിചാരണ

ജോൺ പോൾ

ചിന്ത പബ്ലിഷേഴ്സ്
തിരുവനന്തപുരം-695 001

ജോൺ പോൾ

ആയിരത്തിതൊള്ളായിരത്തി അമ്പതിൽ എറണാകുളത്ത് ജനിച്ചു. പിതാവ്: ഷെവലിയാർ പുതുശ്ശേരി വർക്കി പൗലോസ്. മാതാവ്: മുളയരിക്കൽ റബേക്ക.

എറണാകുളം സെന്റ് ആൽബർട്ട്സ് സ്കൂൾ, സെന്റ് അഗസ്റ്റിൻസ് ഹൈസ്കൂൾ, പാലക്കാട് ചിറ്റൂർ ഗവൺമെന്റ് ഗേൾസ് ഹൈസ്കൂൾ, ഗവൺമെന്റ് ബോയ്സ് ഹൈസ്കൂൾ, എറണാകുളം മഹാരാജാസ് കോളേജ് എന്നിവിടങ്ങളിൽ വിദ്യാഭ്യാസം. സാമ്പത്തിക ശാസ്ത്രത്തിൽ ബിരുദാനന്തര ബിരുദം. 1972–ൽ ബാങ്കിൽ ഉദ്യോഗസ്ഥനായി. ചലച്ചിത്രരംഗത്ത് സജീവമായതോടെ 1983–ൽ ജോലി രാജിവച്ചു.

ഞാൻ, ഞാൻ മാത്രം (മഞ്ഞിലാസ്) *ചാമരം* (ഭരതൻ) തുടങ്ങിയ ചലച്ചിത്രങ്ങൾക്ക് കഥയും തിരക്കഥയും എഴുതിക്കൊണ്ടായിരുന്നു തുടക്കം.

മികച്ച ചലച്ചിത്ര ഗ്രന്ഥത്തിനുള്ള സംസ്ഥാന അവാർഡ്, മികച്ച തിരക്കഥയ്ക്കുള്ള ഫിലിം ക്രിട്ടിക്സ് അവാർഡ്, നാനാ ഗാലപ്പ് പോൾ അവാർഡ് എന്നിവ ലഭിച്ചിട്ടുണ്ട്. മികച്ച പരിസ്ഥിതി ചിത്രത്തിനുള്ള ദേശീയ രജതകമൽ, മികച്ച സംവിധായകനുള്ള സംസ്ഥാന അവാർഡ് എന്നിവ കരസ്ഥമാക്കിയ എം ടിയുടെ ഒരു *ചെറുപുഞ്ചിരി* എന്ന ചിത്രത്തിന്റെ നിർമ്മാതാവായിരുന്നു.

എം ടി ഒരനുയാത്ര, പ്രതിഷേധംതന്നെ ജീവിതം, സ്വസ്തി, എന്റെ ഭരതൻതിരക്കഥകൾ, കഥയിതു വാസുദേവം, യാത്ര, ഉത്സവപിറ്റേന്ന്, ഇതല്ല ഞാൻ ആഗ്രഹിച്ച സിനിമ, കാലത്തിനുമുൻപേ നടന്നവർ, മധു: ജീവിതവും ദർശനവും, ഒരു കടംകഥപോലെ, അടയാളനക്ഷത്രമായി ഗോപി, വിസ്മയാനുഭൂതികളുടെ പുരാവൃത്തം തുടങ്ങിയവയുടെ കർത്താവ്. മാധ്യമകേന്ദ്രമായ സ്കൂൾ ഓഫ് മീഡിയ സ്റ്റഡീസിന്റെ (SOMS) അക്കാദമിക് ഡയറക്ടർ.

ഭാര്യ : അയിഷ എലിസബത്ത്

മകൾ : ജിഷ ജിബി

വിലാസം : പുതുശ്ശേരി, 53/1323, ചിലവന്നൂർ റോഡ്,
കടവന്ത്ര, കൊച്ചി – 682 020
ഫോൺ : 2324891, 9846396334, 9633150050

പ്രതിഭകൾ മങ്ങുന്നതെന്തുകൊണ്ട്
സിനിമ ഒരു വിചാരണ

ജോൺ പോൾ

ചിന്ത പബ്ലിഷേഴ്സ്
തിരുവനന്തപുരം-695 001

ജോൺ പോൾ

ആയിരത്തിതൊള്ളായിരത്തി അമ്പതിൽ എറണാകുളത്ത് ജനിച്ചു. പിതാവ്: ഷെവലിയാർ പുതുശ്ശേരി വർക്കി പൗലോസ്. മാതാവ്: മുളയരിക്കൽ റബേക്ക.

എറണാകുളം സെന്റ് ആൽബർട്ട്സ് സ്കൂൾ, സെന്റ് അഗസ്റ്റിൻസ് ഹൈസ്കൂൾ, പാലക്കാട് ചിറ്റൂർ ഗവൺമെന്റ് ഗേൾസ് ഹൈസ്കൂൾ, ഗവൺമെന്റ് ബോയ്സ് ഹൈസ്കൂൾ, എറണാകുളം മഹാരാജാസ് കോളേജ് എന്നിവിടങ്ങളിൽ വിദ്യാഭ്യാസം. സാമ്പത്തിക ശാസ്ത്രത്തിൽ ബിരുദാനന്തര ബിരുദം. 1972-ൽ ബാങ്കിൽ ഉദ്യോഗസ്ഥനായി. ചലച്ചിത്രരംഗത്ത് സജീവമായതോടെ 1983-ൽ ജോലി രാജിവച്ചു.

ഞാൻ, ഞാൻ മാത്രം (മഞ്ഞിലാസ്) *ചാമരം* (ഭരതൻ) തുടങ്ങിയ ചലച്ചിത്രങ്ങൾക്ക് കഥയും തിരക്കഥയും എഴുതിക്കൊണ്ടായിരുന്നു തുടക്കം.

മികച്ച ചലച്ചിത്ര ഗ്രന്ഥത്തിനുള്ള സംസ്ഥാന അവാർഡ്, മികച്ച തിരക്കഥയ്ക്കുള്ള ഫിലിം ക്രിട്ടിക്സ് അവാർഡ്, നാനാ ഗാലപ്പ് പോൾ അവാർഡ് എന്നിവ ലഭിച്ചിട്ടുണ്ട്. മികച്ച പരിസ്ഥിതി ചിത്രത്തിനുള്ള ദേശീയ രജതകമൽ, മികച്ച സംവിധായകനുള്ള സംസ്ഥാന അവാർഡ് എന്നിവ കരസ്ഥമാക്കിയ എം ടിയുടെ ഒരു *ചെറുപുഞ്ചിരി* എന്ന ചിത്രത്തിന്റെ നിർമ്മാതാവായിരുന്നു.

എം ടി ഒരനുയാത്ര, പ്രതിഷേധംതന്നെ ജീവിതം, സ്വസ്തി, എന്റെ ഭരതൻതിരക്കഥകൾ, കഥയിതു വാസുദേവം, യാത്ര, ഉത്സവ പിറ്റേന്ന്, ഇതല്ല ഞാൻ ആഗ്രഹിച്ച സിനിമ, കാലത്തിനുമുൻപേ നടന്നവർ, മധു: ജീവിതവും ദർശനവും, ഒരു കടംകഥപോലെ, അടയാളനക്ഷത്രമായി ഗോപി, വിസ്മയാനുഭൂതികളുടെ പുരാവൃത്തം തുടങ്ങിയവയുടെ കർത്താവ്. മാധ്യമകേന്ദ്രമായ സ്കൂൾ ഓഫ് മീഡിയ സ്റ്റഡീസിന്റെ (SOMS) അക്കാദമിക് ഡയറക്ടർ.

ഭാര്യ : അയിഷ എലിസബത്ത്

മകൾ : ജിഷ ജിബി

വിലാസം : പുതുശ്ശേരി, 53/1323, ചിലവന്നൂർ റോഡ്,
കടവന്ത്ര, കൊച്ചി – 682 020
ഫോൺ : 2324891, 9846396334, 9633150050

ഉള്ളടക്കം

ആമുഖം

ഓർമകളും നിരീക്ഷണങ്ങളും അന്വേഷണങ്ങളും അനുബന്ധവിചാരങ്ങളുമാണ് ഈ കുറിപ്പുകളിൽ; നേർക്കാഴ്ചയുടെ അനുഭവസാക്ഷ്യങ്ങൾ... മനസുകൊണ്ടുള്ള ഈ പുനർയാത്രയിലേക്ക് സ്വാഗതം.

നന്ദിയോടെ

ജോൺ പോൾ

അവതാരിക

എഴുതപ്പെടാത്ത തിരക്കഥ

കെ എം റോയ്

ലോകത്തിലെ ഏറ്റവും ഹൃദയസ്പർശിയായ തിരക്കഥകൾ എഴുതാപ്പെടാത്തവയാണ്. കാരണം അതു മനുഷ്യരുടെ പച്ചയായ ജീവിതങ്ങളാണെന്നതുതന്നെ. അമ്മയുടെ ഉദരാന്ധകാരത്തിലാണെങ്കിലും ലോകത്തിലെ ആദ്യത്തെ സ്നേഹപരിലാളനത്തിന്റെ മധുരമനുഭവിച്ച് ചുരുണ്ടുകൂടി കിടന്ന മനുഷ്യൻ അവന്റെ പൊക്കിൾക്കൊടിബന്ധം മുറിയുമ്പോഴുള്ള വേദനയിൽ വാവിട്ടു കരഞ്ഞുകൊണ്ട് പുറത്തുവന്നതിനുശേഷമുള്ള യാത്രക്കിടയിൽ രംഗബോധമില്ലാത്ത കോമാളിയെപ്പോലെ കടന്നുവരുന്ന മരണം അവനെ കാലത്തിന്റെ തിരശ്ശീലക്കു പിന്നിലേക്കു കൈപിടിച്ചു കൊണ്ടു പോകുമ്പോൾ അവസാനിക്കുന്ന ജീവിതം!

ഒരു തിരക്കഥാകൃത്തിന്റേയും ഭാവനയ്ക്ക് ഉൾക്കൊള്ളാനാവാത്ത വിധം സംഭവങ്ങളാൽ ബഹുലമാണ് ഓരോ മനുഷ്യന്റേയും ജീവിതം. അതുകൊണ്ടാവണം ഗർഭപാത്രം മുതൽ ശവക്കല്ലറ വരെയുള്ള ഒരു തീർഥയാത്രയാണ് ജീവിതമെന്ന് ശതാബ്ദങ്ങളായി മനുഷ്യർ പറഞ്ഞു വരുന്നത്.

പുകൾപെറ്റ ഒരനുഗൃഹീതചലച്ചിത്ര കഥാകാരൻ തന്റെ തീർഥയാത്രക്കിടയിൽ ഓരോ വഴിയമ്പലങ്ങളിൽ വച്ച് കണ്ടുമുട്ടിയ ഒട്ടേറെ പഥികരിൽ ചിലരെ നമുക്കു പരിചയപ്പെടുത്തുമ്പോൾ ഇമ്പത്തോടെ നാമതു നോക്കിയിരുന്നു പോകുന്നു. ജോൺ പോളിന്റെ *പ്രതിഭകൾ മങ്ങുന്നതെന്തുകൊണ്ട് സിനിമ ഒരു വിചാരണ* എന്ന പുസ്തകം അത്തരം ഏതാനും ഓർമക്കുറിപ്പുകളുടേയും നഖചിത്രങ്ങളുടേയും ഒരു സമാഹാരമാണ്.

പകൽവെട്ടം തുടരുമ്പോഴും അതിനെ രാത്രിയെന്നു വിളിച്ച ഇന്ദിരാ ഗാന്ധിയെക്കുറിച്ച് ഇന്ത്യ എക്കാലവും കണ്ട ഏറ്റവും മികച്ച സേനാധിപനായ ഫീൽഡ് മാർഷൽ മനേക്ഷാ നടത്തിയ വിലയിരുത്തൽ അധ്യായത്തിൽ നിന്നു തുടങ്ങി ഈ വലിയ ഭൂഗോളത്തെ ഒരു ആഗോളഗ്രാമ

മാക്കി മാറ്റിയ മാധ്യമങ്ങളുടെ മാസ്മരശക്തി നിർണയിക്കാൻ അളവുകോലെടുക്കുന്ന ഒരു മാധ്യമമാന്ത്രികന്റെ വിചാരവിശകലനങ്ങൾ നിരത്തുന്ന *വേണം ചില കരുതൽ ചിന്തകൾ* എന്ന പഠനഗവേഷണ ലേഖനം വരെ നീണ്ടു പോകുന്ന ഈ സമാഹാരം.

ജോണിന്റെ ആദ്യത്തെ ഓർമക്കുറിപ്പു തുടങ്ങുന്നത് ആദ്യത്തെ വിദേശയാത്രയിൽ നിന്നാണ്. എത്രയും ആത്മവഞ്ചനയില്ലാതെയാണ് അദ്ദേഹം ആദ്യ വിദേശയാത്രയെ വിശേഷിപ്പിച്ചിരിക്കുന്നത്. ജന്മനാട്ടിൽ എത്ര വിമാനയാത്രകൾ നടത്തിയിട്ടുണ്ടെങ്കിലും ആദ്യ വിദേശയാത്ര ജോൺ വിശേഷിപ്പിക്കുന്നതുപോലെ സംഭ്രമജനകമായ ഒന്നു തന്നെ. സംഭ്രമം എന്നുമാത്രം അതിനെ വിശേഷിപ്പിച്ചാൽ അത് ശരിയാവില്ല. മധുവിധുരാത്രിയിൽ കിടപ്പറയിലേക്കു കാലെടുത്തു വയ്ക്കുന്ന ഏതൊരു നവവരനുമുണ്ടാകുന്ന സംഭ്രമവും സന്തോഷവും നിറഞ്ഞ ഒരു സമ്മിശ്ര വികാരമായിരിക്കും അത്. അതിന്റെ മറ്റൊരു സവിശേഷത ആ വിമാനത്തിൽ വച്ച് കണ്ടുമുട്ടാനും പരിചയപ്പെടാനും കഴിയുന്ന ചിലർ, ഒരിക്കലൊന്ന് തൊട്ടു നോക്കാൻ സാധിച്ചെങ്കിൽ, എന്നു നാം ഏറെക്കാലം മനസിൽ കൊതിച്ചിട്ടുള്ളവരുമാകാം.

അതൊരു വലിയ ഭാഗ്യമാണ്. ഫീൽഡ് മാർഷൽ മനേക്ഷായെ കണ്ടു പരിചയപ്പെട്ട് ഇടപഴകാൻ അവസരം കിട്ടിയ രംഗങ്ങൾ പുളകിതനായി ജോൺ വിവരിച്ചിരിക്കുന്നത് വായിച്ചപ്പോൾ തന്റെ മനസിൽ ഓടിയെത്തിയതും ഒരു സമാന അനുഭവമാണ്. കാൽ നൂറ്റാണ്ടുമുമ്പ് ഉത്തര കൊറിയയിലേക്കു പോകാനായി ആദ്യവിദേശയാത്രയിൽ മോസ്കോയിലേക്കുള്ള എയറോഫ്ളോട്ട് വിമാനത്തിൽ കയറിയപ്പോൾ തൊട്ടരികിലെ സീറ്റിൽ വന്നിരുന്ന ഇന്ത്യയുടെ ആദ്യത്തെ ബഹിരാകാശയാത്രികനായ രാകേശ് ശർമ്മയെയാണ് ഞാൻ കണ്ടത്. അത്ഭുതപരതന്ത്രനായിപ്പോയ അനുഭവം. ബഹിരാകാശത്തു നിന്ന് നോക്കിയപ്പോൾ താഴെ ഒരു ചെറുനാരങ്ങപോലെ കണ്ട ഭൂഗോളത്തിൽ ഒരു മൊട്ടുസൂചിയോളം വരുന്ന ഇന്ത്യാ മഹാരാജ്യത്തിന്റെ മൂലയിലിരുന്ന് ഞാൻ ഞാൻ എന്നഹങ്കരിക്കുന്ന മനുഷ്യർ ഈ മഹാപ്രപഞ്ചരഹസ്യത്തിനു മുമ്പിൽ ആരാണെന്ന ശർമ്മയുടെ ചോദ്യത്തിനുമുമ്പിൽ ഉത്തരം മുട്ടിയിരുന്നുപോയ എന്റെ ദയനീയാവസ്ഥ ഇന്നും മനസ്സിൽ നിന്ന് മാഞ്ഞിട്ടില്ല.

അതൊക്കെ പോകട്ടെ. ആദ്യാവസാനം ഒറ്റയിരിപ്പിൽ വായിച്ചു തീർക്കാവുന്നവിധം ലളിതമനോഹരമായ ഭാഷയിൽ എഴുതിയിട്ടുള്ള ഒന്നാണ് സാഹിത്യത്തിന്റെ ഏതു ശാഖയിൽ പെടുത്താനാവുമെന്ന് ആർക്കും പറയാൻ കഴിയാത്ത ജോൺ പോളിന്റെ ഈ പുസ്തകം. ജോൺ പോൾ ശാഖ എന്നു പറഞ്ഞാലെന്തെന്ന് എനിക്കു തോന്നിപ്പോവുകയാണ്.

ഒരു കാര്യത്തിൽ എനിക്കു സംശയലേശമില്ല. മലയാളികൾക്കിടയിൽ പരക്കെ വായിക്കപ്പെടുന്ന ഒരു പുസ്തകമായി *പ്രതിഭകൾ മങ്ങുന്നതെന്തുകൊണ്ട് സിനിമ ഒരു വിചാരണ* എന്ന ഈ പുസ്തകം മാറും എന്നതിൽ.

1

പകൽവെട്ടം തുടരുമ്പോഴും ഇന്ദിര അതിനെ രാത്രിയെന്നു വിളിച്ചു..!

കാൽ ശതാബ്ദം മുമ്പാണ്. മദിരാശിയിൽ നിന്നും ബോംബെയിലേക്കുള്ള രാത്രി ഫ്ളൈറ്റിൽ ഞാൻ യാത്രക്കാരനായിരുന്നു. പുലർച്ചയ്ക്കൊരു പാനാമിന്റെ ഫ്ളൈറ്റിൽ ബോംബെയിൽനിന്നും ഫ്രാങ്ക്ഫർട്ടിലേക്ക് ദുബായ് വഴി യാത്ര തുടരണം. ആദ്യത്തെ വിദേശ യാത്രയാണ്. അതിന്റേതായ അൽപ്പം സംഭ്രമവുമുണ്ട്. കൂട്ടിനു സംവിധായകൻ

ഇന്ദിരാഗാന്ധി — സാം മനേക്ഷാ — ജോഷി

ജോഷിയുണ്ട്. ജോഷി തുടർച്ചയായി വിദേശയാത്രകൾ നടത്തുന്ന ആളാണ്; പരിചയ സമ്പന്നൻ. ജർമനിയിലും സമീപത്തുമുള്ള യൂറോപ്യൻ രാജ്യങ്ങളിലുമായി കൊളോണിനടുത്ത് വുപ്പർട്ടാലിൽ താമസിക്കുന്ന അഗസ്റ്റിൻ ഇലഞ്ഞിപ്പള്ളി ഒരു മലയാളചിത്രം നിർമിക്കുവാനാഗ്രഹിക്കുന്നു. അതിന്റെ പ്രാരംഭ ആലോചനകൾക്കു വേണ്ടിയുള്ള യാത്രയാണ്.*

ബോർഡിങിനുള്ള അനൗൺസ്മെന്റായി. രാത്രി ഫ്ളൈറ്റായതുകൊണ്ടാവണം വലിയ തിരക്കില്ല.ചെക്ക് ഇൻ ചെയ്യാനുള്ള ക്യൂവിൽ നിൽക്കുമ്പോൾ ഒരു വശത്തായി ഏതാനും ഉയർന്ന സൈനികോദ്യോഗസ്ഥർ. അവരുടെ അഭിവാദനങ്ങൾ സ്വീകരിച്ചുകൊണ്ട് ഒരു ട്രോളിയിൽ സ്വന്തം ലഗേജ് മറ്റൊരാളും എടുക്കുവാനനുവദിക്കാതെ (ഓർഡർലിമാർ ആജ്ഞാനുവർത്തികളായി കൂട്ടത്തിലുണ്ടായിരുന്നിട്ടും!) സ്വയം തള്ളിക്കൊണ്ട് ഒരു വിധത്തിലുള്ള വി ഐ പി പരിഗണനയ്ക്കും വഴങ്ങാതെ എന്റെയും ജോഷിയുടെയും പുറകിൽ എഴുപതിനടുത്തു പ്രായം തോന്നിക്കുമെങ്കിലും അരോഗദൃഢഗാത്രനും വെളുത്തുചുമന്നു തേജസ്വിയുമായ ഒരാൾ വന്നു ക്യൂവിൽ നിന്നു. ആദ്യദൃഷ്ടിയിൽ തന്നെ ഞാനാ മനുഷ്യനെ തിരിച്ചറിഞ്ഞു. പതിഞ്ഞ സ്വരത്തിൽ ജോഷിയോട് മന്ത്രിക്കുകയും ചെയ്തു.

"മനേക്ഷാ....."

ആ തിരിച്ചറിവ് ആദരവും ആരാധനയുമായി ജോഷിയുടെ കണ്ണുകളിൽ മിന്നി.

മോഹൻലാൽ സുഹാസിനി നെടുമുടിവേണു

* ഞാൻ രചിച്ച കഥയിൽ സുഹാസിനിയെപ്പോലൊരു നടി നായികയും മോഹൻലാലിനെയും നെടുമുടി വേണുവിനെയും പോലെ രണ്ടു നടൻമാർ നായകന്മാരായും ആവശ്യമായിരുന്നു. അവരുടെ കാൾഷീറ്റ് ലഭ്യമല്ലാതെ വന്നപ്പോൾ ഉദ്ദേശിച്ചിരുന്ന സമയത്തുതന്നെ ചിത്രീകരണം നടത്തണമെന്ന നിർമാതാക്കളുടെ താൽപ്പര്യത്തിനു വഴങ്ങി ജോഷി വേറെ കഥയും തിരക്കഥയുമായി ചിത്രം ഒരുക്കി പിന്നീട്; ആശാ മാത്യു എന്ന തൂലികാ നാമത്തിൽ എ കെ സാജൻ എഴുതിയ കഥയ്ക്കു കലൂർഡെന്നിസ് തിരക്കഥയൊരുക്കി, *മിനിമോൾ വത്തിക്കാനിൽ* എന്ന ചിത്രം.

ജോഷി പതിവുയാത്രക്കാരനായതുകൊണ്ടാവണം ട്രാവൽ ഏജൻസി എയർലൈൻസുകാരെ സ്വാധീനിച്ചു എക്കോണമി ക്ലാസിൽ നിന്നും എക്സിക്യൂട്ടീവ് ക്ലാസിലേക്കു ഞങ്ങളുടെ ടിക്കറ്റ് അപ്ഗ്രേഡ് ചെയ്തുതന്നിരുന്നു. സീറ്റ് നമ്പർ നോക്കി രണ്ടുനിരയിലായി ഞങ്ങളിരുന്നു. എയർപോർട്ടിലെ ബുക്ക് സ്റ്റാളിൽ നിന്നും വാങ്ങിയ ഫിലിം മാഗസിനുകൾ കൈയ്യിലുണ്ട്. അതിലെ പേജുകൾ പരതുവാൻ തുടങ്ങിയപ്പോഴേക്കും സമീപസീറ്റിൽ യാത്രക്കാരനെത്തി; മറ്റാരുമല്ല.

"സാം മനേക്ഷാ......"

ഇന്ത്യയുടെ ഫീൽഡ് മാർഷലായിരുന്ന, പാക്കിസ്ഥാനുമായുള്ള യുദ്ധത്തിൽ വെന്നിക്കൊടിപാറിച്ചു ചരിത്രത്താളുകളിൽ ധീരനായകനായി പ്രതിഷ്ഠനേടിയ സേനാനായകൻ!

"പത്മവിഭൂഷൺ ഫീൽഡ് മാർഷൽ സാംഹോർമുഡ്ജി ഫ്രാംജി ജാംഷെഡ്ജി മനേക്ഷാ......"

ഗൂർഖാറജിമെന്റിന്റെ പ്രിയപ്പെട്ട ബഹാദൂർ!

രണ്ടാം ലോകമഹായുദ്ധത്തിൽ ജപ്പാനുമായുള്ള ബന്ധം മുറുകിയപ്പോൾ സൈനികമേധാവിയായ മേജർ ഡി ടി കൊവാന്റെ കയ്യിൽ നിന്നും ബ്രിട്ടീഷ് സൈന്യത്തിലെ പരമോന്നത ബഹുമതിയായ മിലിട്ടറി ക്രോസ് റിബ്ബൺ നേടിയ ധീരയോദ്ധാവ്!

മനേക്ഷായ്ക്കു മുൻപും പിൻപും സ്വതന്ത്ര ഇന്ത്യക്ക് സേനാധിപന്മാരുണ്ടായിട്ടുണ്ട്; ജനറൽ പദവിയിലും അതിനു മുകളിലും സൈന്യാധിപന്മാരുണ്ടായിട്ടുണ്ടാവണം; സ്വാതന്ത്ര്യപ്രാപ്തിക്ക് മുൻപും ആ സ്ഥാനം പലരും അലങ്കരിച്ചിട്ടുണ്ടാവും. അവർക്കാർക്കും ലഭിക്കാതെ പോയ ഒരംഗീകാരം സാം മനേക്ഷാ നേടിയത് ചരിത്രം തിരുത്തിക്കുറിച്ചുകൊണ്ടായിരുന്നുവല്ലോ..പോയകാലത്തിന്റെ താളുകൾ പരിശോധിക്കുമ്പോൾ മറ്റെല്ലാക്കാര്യത്തിലും പാരമ്പര്യത്തെക്കുറിച്ചു നാമേറെ ഊറ്റം കൊള്ളാറുണ്ടെങ്കിലും യുദ്ധചരിത്രത്തിൽ നമുക്കഭിമാനിക്കാവുന്ന സന്ദർഭങ്ങൾ ഉണ്ടായിട്ടില്ല. മഹാനായ അലക്സാണ്ടറുടെ മുൻപിൽ തോറ്റുകൊടുത്ത ചരിത്രത്തെ പിന്നീടു ഒറ്റുകൊടുത്തും കീഴടങ്ങിയും നാം സത്യസന്ധമായി അനുവർത്തിച്ചുപോന്നു. ആ പാരമ്പര്യത്തെയാണ് 37 വർഷം മുൻമ്പ് മനേക്ഷാ തിരുത്തിക്കുറിച്ചത്. ലോകമഹായുദ്ധങ്ങളെ തുടർന്നുള്ള നാളുകളിലെങ്ങും ലോകത്തിലെ ഒരു സൈന്യത്തിനും നേടാനാവാത്ത വിജയമാണ് 13 ദിവസത്തെ തുടർച്ചയായ യുദ്ധം കൊണ്ടു മനേക്ഷായുടെ നേതൃത്വത്തിൽ ഇന്ത്യൻ സൈന്യം നേടിയത്. ഒരു ലക്ഷത്തിനടുത്തു വന്നിരുന്ന പാക് സൈന്യം യുദ്ധാവസാനം കീഴടങ്ങുവാൻ നിർബന്ധിതരായി. ധാക്കയിൽ മനേക്ഷാ സറണ്ടർ സെറിമണി ആഘോഷിക്കുകയായിരുന്നു. ഇതോടെ മനേക്ഷാ ഓരോ ഇന്ത്യാക്കാരന്റെയും മനസ്സിൽ അഭിമാനനക്ഷത്രമായി; ഇതിഹാസ പുരുഷനായി; വീരസാഹസികനായ പടത്തലവനായി; അക്കാലത്തെ ഏറ്റവും ജനപ്രീതിയുള്ള ആരാധനാപാത്രമായ കഥാപുരുഷനായി! അനേകകോടികളിൽ ഒരുവനായി എന്റെയും!

"Excuse me, can I have one of those magazines?"

കനമുള്ളതെങ്കിലും സൗമ്യമായ സ്വരം എന്നെ ചിന്തകളിൽ നിന്നുണർത്തി. മാഗസിനുകൾ നീട്ടിക്കൊണ്ട് ഞാൻ സങ്കോചത്തോടെ പറഞ്ഞു.

"Sure, but, I have got only Malayalam magazines".

"Doesn't matter".

മാസികകൾ ഓരോന്നായി നിവർത്തി അതിലെ ചിത്രങ്ങൾ അദ്ദേഹം സശ്രദ്ധം കണ്ടുകൊണ്ടിരുന്നു. ഇടയ്ക്കൊരു ചിത്രം ചൂണ്ടി മനേക്ഷാ ചോദിച്ചു,

"Isn't this Mr.Prem Nazir?"

എനിക്കഭിമാനം തോന്നി പ്രേംനസീറിനെ മനേക്ഷാ തിരിച്ചറിഞ്ഞിരിക്കുന്നു.

"Yes"

"The gentleman who has entered the Guinnes book of Records for having paired with the same heroine for the maximum number of Filims?"

അത്രയും വിശദാംശങ്ങൾ വരെ അദ്ദേഹം അറിഞ്ഞുവച്ചിരിക്കുന്നു.

"I have met him at a Film Fare Award Night function. I was there as the Chief Guest and he was there to receive the LifeTime Achievement Award"

പിന്നീടദ്ദേഹം പറഞ്ഞത് നസീറിന്റെ പെരുമാറ്റത്തിലെ കുലീനതയെക്കുറിച്ചും അദ്ദേഹം ഇങ്ങോട്ടു തന്റെ ആരാധകനാണെന്നു പറഞ്ഞപ്പോൾ താൻ അനുഭവിച്ച ആഹ്ലാദത്തെക്കുറിച്ചുമാണ്.

"ഈ രാജ്യം മുഴുവനും അങ്ങയുടെ ആരാധകരല്ലേ ഫീൽഡ് മാർഷൽ!"

എനിക്കത് പറയാതിരിക്കാൻ കഴിഞ്ഞില്ല. ഒരു നിമിഷം എന്നെ സാകൂതം നോക്കിയ ശേഷം അദ്ദേഹം ചിരിച്ചു,ആ ചിരിയിൽ ഒരു നിശ്വാസത്തിന്റെ പതിഞ്ഞ ശ്രുതി കലർന്നിന്നുവെന്ന് പിന്നീടാണ് എനിക്കു ബോധ്യമായത്.

സംസാരിക്കുവാൻ കിട്ടിയ അവസരം ഞാൻ പാഴാക്കിയില്ല. പിൻനിരയിൽ നിന്നും അസൂയയോടെ ജോഷി അത് ശ്രദ്ധിക്കുന്നുണ്ടാകുമെന്ന് എനിക്കറിയാമായിരുന്നു.

അദ്ദേഹത്തിനു ഞാനാരാണെന്നറിയണം. ചലച്ചിത്രമാണ് എന്റെയും തട്ടകമെന്നറിഞ്ഞപ്പോൾ കൗതുകത്തോടെ നസീറിനോടു ബന്ധപ്പെടുത്തി ഒരു പ്രസ്താവം:

"Birds of the same feather!"

എന്റെ കർമം സൃഷ്ടിപ്പുരയിലാണ്....ലൊക്കേഷനിലല്ലല്ലോ.

"I am a writer"

"All the more great"

ജർമനിയിലേക്കും മറ്റു യൂറോപ്യൻ രാജ്യങ്ങളിലേക്കുമാണു യാത്ര എന്നറിഞ്ഞപ്പോൾ സാം ചോദിച്ചു,

"Have you been there before?

"ഇല്ല ഞാനാദ്യമായാണ്"

അദ്ദേഹം പുഞ്ചിരിച്ചു.

"ഇപ്പോഴവിടെ സമ്മറാണ്. വേനൽക്കാലം. സീസണുകൾ ഇവിടത്തെപ്പോലല്ല അവിടെ"

നേരിലനുഭവിക്കാനിരിക്കുന്ന കാര്യങ്ങളെക്കുറിച്ചുള്ള മുന്നറിവിന്റെ സൂചനകൾക്കായി ഞാൻ കാതോർത്തു.

"നന്നെ പുലർച്ചയ്ക്കവിടെ സൂര്യനുദിക്കും. രാത്രിയിരുട്ടി പത്തുപതിനൊന്നു മണിയാകും അസ്തമിക്കുവാൻ. ഭ്രമണത്തിന്റെ പ്രത്യേകതയാണതിനുകാരണം. പക്ഷേ പകൽവെട്ടം തെളിഞ്ഞുനിന്നാലും രാവിലെ 6 മണിവരെയുള്ള സമയം രാത്രിയുടെ ഭാഗമാണ്."

അന്നതെനിക്കു വിചിത്രമായി തോന്നി. എന്റെ മനസ്സ് വായിച്ചിട്ടെന്നോണം അദ്ദേഹം തുടർന്നു:

"ഇരുട്ടു വീഴാൻ രാത്രി പത്തുപതിനൊന്നാവണം. പക്ഷേ വൈകിട്ട് ആറു മണി കഴിഞ്ഞാൽ, പകൽവെട്ടം തുടരുമ്പോഴും അവരതിനെ രാത്രിയെന്നേവിളിക്കൂ...."

ഒരു നിമിഷത്തെ നിശ്ശബ്ദത. ആ മനസ്സിൽ എന്തെല്ലാമോ അലയടിക്കുന്നു. അളന്നുമുറിച്ച വാക്കുകളായിരുന്നു പിന്നീട് ആ നാവിൽ നിന്നുതിർന്നത്.

"That is exactly what Madam Indira did to me" (അതുതന്നെയാണ് ഇന്ദിരാ മാഡം എന്നോടു ചെയ്തതും)

ഒരു നിമിഷം ഞാനൊന്നു പകച്ചു; പിന്നെ ചിന്തിച്ചു. ഏതർഥത്തിലാകാം അദ്ദേഹമതു പറഞ്ഞത്!

"ഇരുട്ടു വീഴും മുൻപേ പകൽവെട്ടം തുടരുമ്പോഴും അവരതിനെ രാത്രിയെന്നേ വിളിക്കൂ"

പകൽവെട്ടം തുടരുമ്പോഴും എന്നു പറയുമ്പോൾ കർമശേഷിയും പ്രാപ്തിയും വൈഭവവും ഇനിയും ബാക്കി നിൽക്കുമ്പോഴും എന്നർഥമാക്കാമെങ്കിൽ രാത്രിയെന്നുദ്ദേശിച്ചത് ഉദ്യോഗത്തിൽ നിന്നു വിരമിച്ചുള്ള നിർബന്ധിത വിശ്രമത്തെയാവണം; അപ്പോൾ ആറു മണി കഴിഞ്ഞാലെന്നുദ്ദേശിച്ചത് ഉദ്യോഗത്തിൽ നിന്നും വിരമിക്കാനുള്ള നിർദേശം (കഴിവുകളും ഊർജസ്വലതയും കർമശേഷിയും സേവനസന്നദ്ധതയും ബാക്കി നിൽക്കുമ്പോഴും.....) സ്വീകരിക്കേണ്ടി വന്നതിനെക്കുറിച്ചുമാകണം. ഇതു മൂന്നും മനസ്സിൽ കൂട്ടിവായിക്കുവാൻ ശ്രമിക്കുകയായിരുന്നു ഞാൻ. അദ്ദേഹം എന്റെ കൈത്തണ്ടിൽ കൈയമർത്തി മെല്ലെ പറഞ്ഞു:

"Today or tomorrow, history will speak out the truth...!"

(ഇന്നല്ലെങ്കിൽ നാളെ ചരിത്രം ഈ സത്യം തുറന്നുപറയും!)

അതിന്റെ തുടർച്ചയായി സ്വയം സാന്ത്വനിപ്പിക്കും പോലെ (അതോ അതിനകം ആർജിച്ചു കഴിഞ്ഞ സ്തോഭാതീതസംയമനത്തിന്റെ തെളിച്ചമായോ) ഒരു പുഞ്ചിരി.

പെട്ടെന്നു കർമനിരതനായതുപോലെ *"സമ്മറാണെന്നു കരുതി ജർമനിയിലെത്തിയാൽ തണുത്ത വെള്ളത്തിൽ കുളിക്കരുത്; Don't ever expose your chest....It can be dangerous...."* നെഞ്ചു തുറന്നു വയ്ക്കരുത്. അതപകടമാകും... തുടങ്ങി പിതൃസഹജമായ കരുതലോടെ ഒരുപിടി നിർദേശങ്ങളും ഉപദേശങ്ങളും.

ബോംബെയിലെത്തി സീറ്റിൽ നിന്നെഴുന്നേൽക്കുമ്പോൾ അദ്ദേഹം എനിക്കു കൈ തന്നു.

"വിൽ മീറ്റ്, ഗോഡ് ബ്ലസ്!" (വീണ്ടും കാണാം, ദൈവം അനുഗ്രഹിക്കട്ടെ!)

ആദരപൂർവം നമിക്കുമ്പോൾ എനിക്കു പറയാതിരിക്കാനായില്ല,

"അങ്ങ് ഈ രാജ്യത്തിനുവേണ്ടി അനുഷ്ഠിച്ചതെന്തെന്നറിയാവുന്നവർ....ഇവിടുണ്ടു ഫീൽഡ് മാർഷൽ...."

"കാൾ മി സാം....young man"

(എന്നെ സാം എന്നു വിളിക്കൂ ചെറുപ്പക്കാരാ....)

"രാത്രിയെന്നു പേരിട്ടു വിളിച്ചാലും, സൂര്യനസ്തമിച്ചിട്ടില്ലെന്നും പകൽ തുടരുകയായിരുന്നുവെന്നും ചരിത്രം സാക്ഷ്യപ്പെടുത്തും. അതു തിരിച്ചറിയാവുന്നവരിവിടെയുണ്ട് സാം."

നന്ദിസൂചകമായി അമർത്തിപ്പിടിച്ച ഒരു ചിരിയോടെ സാം എന്റെ ചുമലിലൊന്നു തട്ടി.പിന്നെ ബാഗ് ചുമലിലിട്ടു വലതുകയ്യുയർത്തി എന്നെ അഭിവാദനം ചെയ്ത് എക്സിറ്റ് ഡോറിന്റെ നേർക്ക് ധൃതിയിൽ നടന്നു. ഞാൻ അദ്ദേഹത്തെ തൊഴുതു; മനസ്സാ നമിച്ചു.

അറൈവൽ ലോഞ്ചിലെത്തുമ്പോൾ അദ്ദേഹത്തെ സ്വീകരിക്കുവാൻ ഉയർന്ന സൈനികോദ്യോഗസ്ഥരും ഓർഡർലിമാരും, പുറത്തു ചുമന്ന ലൈറ്റ് തെളിയുന്ന പൈലറ്റ് ജീപ്പും സായുധ അകമ്പടി അടക്കമുള്ള വാഹന വ്യൂഹവും. കൺവെയർ ബെൽറ്റിലൂടെ ഒഴുകി വരുന്ന തന്റെ സൂട്ട് കെയ്സ് സ്വയമെടുത്തു (അതെടുക്കുവാൻ മുൻപോട്ടു വന്ന ഒർഡർലിമാരെ ശിരസ്സൊന്നു ചലിപ്പിച്ചു വിലക്കി) ട്രോളി തള്ളി അകമ്പടിയോടൊപ്പം സാം ചുറുചുറുക്കോടെ നടന്നു പോകുന്നത് ആരാധനയോടെ കണ്ടുനിന്നു ഞാനും ജോഷിയും.

പശ്ചിമ ജർമനിയിലെ ബോണിൽ ജോഷിയുടെ കുടുംബബന്ധുവിന്റെ പാർട്ണറായ അലാവുദ്ദിന്റെ ഫ്ളാറ്റിലാണ് ഞങ്ങൾ താമസിച്ചത്. അലാവുദ്ദിന്റെ ബോണിലെ ബിസിനസ് പങ്കാളി ആറടി രണ്ടിഞ്ചുയരമുള്ള 'മാർട്ടി' എന്ന ഓമനപ്പേരിലറിയപ്പെട്ടിരുന്ന നീഗ്രോ വംശജനാണു ഞങ്ങളെ നഗരക്കാഴ്ചകൾ കാണിക്കാൻ കൊണ്ടുപോയത്. അന്ന് ജർമനി രണ്ടുണ്ടായിരുന്നു. കിഴക്കും പടിഞ്ഞാറും. ജർമനിയെ രണ്ടായി പകുത്ത

വന്മതിൽ ഒരുപാടു വേർപിരിയലുകളുടെ നൊമ്പരക്കഥകൾക്ക് സാക്ഷ്യമായി ആ നാടിന്റെ ഹൃദയത്തിലേറ്റ ഉണങ്ങാത്ത മുറിവിന്റെ പ്രതീകമായി ഉയർന്നു നിൽക്കുന്നു. അതിന്റെ ഒരറ്റത്തുകൂടി നടക്കുമ്പോൾ വഴിയോരത്തുള്ള ഒരു ബൂത്ത് കണ്ടു. വീട്ടിലേക്ക് വിളിച്ചു. നല്ല പകൽവെട്ടമുണ്ടായിരുന്നതുകൊണ്ടു ബൂത്തിൽ ലൈറ്റ് തെളിക്കേണ്ടി വന്നില്ല.

ഉറക്കച്ചടവോടെയാണ് ഭാര്യ ഫോണെടുത്തത്. മകളെവിടെ(അന്നവൾക്ക് അഞ്ചുവയസ്സ് പ്രായം) എന്നന്വേഷിച്ചപ്പോൾ ഒരൽപ്പം ശകാരസ്വരത്തിൽ ഭാര്യ പറഞ്ഞു

"അവളെപ്പോഴേ ഉറങ്ങി."

ഞാനപ്പോഴും പകൽവെട്ടത്തിലായിരുന്നല്ലോ.

"അതിനു മണി ഇത്രയായല്ലേയുള്ളൂ...."

ഞാനറിയാതെ തർക്കിക്കുവാൻ തുടങ്ങി.

"ഇവിടെ സമയം രണ്ടായി"

ഈശ്വരാ എങ്കിലിപ്പോൾ ജർമനിയിലെ ബോണിൽ സമയം ഒൻപത്. ചുറ്റും പ്രഭയാർന്ന പകൽവെട്ടം. രാത്രിയെന്ന് ആ നേരത്തെ വിളിക്കുവാൻ മനസ്സ് വിസമ്മതിക്കുന്നു. സൂര്യനിപ്പോഴും പ്രകാശത്തിന്റെ വജ്രസൂചികൾ പ്രസരിപ്പിച്ചുകൊണ്ട് ഊർജസ്വലനായി തുടരുന്നു. ആ നിമിഷം ഞാൻ ഫീൽഡ് മാർഷലിന്റെ വാക്കുകൾ വീണ്ടുമോർത്തു.

"പകൽവെട്ടം തുടരുമ്പോഴും അവരതിനെ രാത്രിയെന്നേ വിളിക്കൂ.."

നടത്തം തുടരുമ്പോൾ ജോഷി ചോദിച്ചു:

"മനേക്ഷാ പറഞ്ഞതെത്ര ശരി. അല്ലേ, ജോണേ?"

യാത്രകഴിഞ്ഞു മടങ്ങിയപ്പോഴും എന്റെ മനസ്സ് എന്നോട് കലമ്പിക്കൊണ്ടിരുന്നു. ഉരുക്കുവനിത എന്നു ലോകം വിശേഷിപ്പിച്ചിരുന്ന ഇന്ദിരാഗാന്ധി എന്തിനിതു ചെയ്തു?

പ്രത്യക്ഷത്തിൽ ഇന്ദിര ചെയ്തതിലെന്തു തെറ്റ്?

ഒരു ഘട്ടമെത്തിയാൽ ഔദ്യോഗിക ജീവിതത്തിനു വിരാമമാകും. ആ പതിവിവിടെയും ആവർത്തിച്ചു. അതിലെന്താണിത്ര തെറ്റ്!

തെറ്റില്ല. പക്ഷേ തെറ്റല്ലാത്തതെല്ലാം ശരിയാവണമെന്നുമില്ലല്ലോ.

മനേക്ഷായുടെ സാരഥ്യത്തിൽ നേടിയ യുദ്ധവിജയം നാടിന്റെ വീര്യത്തെ മാത്രമല്ലല്ലോ ഉത്തേജിപ്പിച്ചത്; ആത്യന്തികമായി ഇന്ദിരയിലെ ഭരണാധികാരിയുടെ യശസു ലോകം മുമ്പാകെ ഏറെയുയർത്തിയ വിജയമായിരുന്നില്ലേ അത്. ലോകരാഷ്ട്രങ്ങൾ അതിനെ നാടിന്റെ വിജയമായല്ലേ കണ്ടിട്ടുള്ളൂ; നാടിന്റെ വിജയം നാടുഭരിക്കുന്ന ഇന്ദിരയുടെ വിജയമായല്ലേ ഗണിക്കുകയുമുള്ളൂ... ഒരിക്കലും ലോകദൃഷ്ടിയിൽ അതു മനേക്ഷായുടെ വിജയമായി ഘോഷിക്കപ്പെട്ടിട്ടില്ല. അഥവാ ആ ഖ്യാതിയുടെ പങ്ക് മനേക്ഷാക്കും പതിച്ചു നൽകപ്പെട്ടിട്ടുണ്ടെങ്കിൽത്തന്നെ പ്രഗത്ഭനും പ്രാപ്തനുമായ ഒരു പടത്തലവനെ കണ്ടെത്തി നിയോഗിച്ചതിലെ ഇന്ദിരയുടെ നൈപുണ്യം തന്നെയാണ് അതിലൂടെയും പ്രകടമായത്. എന്നിട്ടുമെന്തേ ഇന്ദിര ഇങ്ങനെ?

ഉത്തരം തേടിയലഞ്ഞ മനസ്സ് ചരിത്രത്തിന്റെ നാൾവഴിയത്രയും പരതി.

ബംഗ്ലാദേശിൽ നിന്നുള്ള ഒരുകോടിയോളം വരുന്ന അഭയാർഥികളുടെ പ്രവാഹം രാജ്യത്തിനു ബാധ്യതയായ എഴുപതുകളുടെ തുടക്കം....കിഴക്കൻ പാക്കിസ്ഥാനിൽ നിവർത്തിതമായ ആഭ്യന്തര കലാപം വിമോചനയുദ്ധമായപ്പോൾ നിഷ്ഠൂരമായി അടിച്ചമർത്തുവാനാണ് പാക്കിസ്ഥാൻ ശ്രമിച്ചത്.

രാജ്യതന്ത്രങ്ങൾ മെനയുന്ന തലച്ചോറുകൾ ആ നിമിഷം ഇന്ത്യ പാക്കിസ്ഥാനെ ആക്രമിച്ചേ മതിയാകൂ എന്നു ശഠിച്ചപ്പോൾ ഇന്ദിരാഗാന്ധി കരസേനാധിപനായിരുന്ന മനേക്ഷായെ വിളിപ്പിച്ചു യുദ്ധം തുടങ്ങുവാൻ നിർദേശം നൽകി. പക്ഷേ, മനേൽഷാ പ്രായോഗികബുദ്ധിയോടെ അതിൽ വിയോജിപ്പു പ്രകടിപ്പിച്ചു. സൈന്യത്തിന്റെ ശക്തിയെക്കുറിച്ച് ഊറ്റം കൊള്ളുക മാത്രമല്ല; പരിമിതികളെക്കുറിച്ചു ബോധവാനായിരിക്കുകകൂടി സൈന്യാധിപന്റെ ധർമമാണെന്ന് കാലത്തിനു ബോധ്യപ്പെടുത്തുകയായിരുന്നു സാം. യുദ്ധസജ്ജമായിരുന്നില്ല ഇന്ത്യൻസൈന്യം. കാലാവസ്ഥയാണെങ്കിൽ തികച്ചും പ്രതികൂലം. തയ്യാറെടുപ്പുകൾക്കു സമയം ലഭിക്കാതെയുള്ള എടുത്തുചാട്ടം ആത്മഹത്യയാകും. തോൽവി ഉറപ്പാകുമെന്ന മനേക്ഷായുടെ വാദം ഇന്ദിര ഗൗരവപൂർവം പരിഗണിച്ചു. കാര്യകാരണ സഹിതം ന്യായവാദങ്ങൾ സമർഥിച്ച സാമിന്റെ വാക്കുകളിൽ കഴമ്പുണ്ടെന്ന് ദീർഘവീക്ഷണത്തോടെ ഇന്ദിര തിരിച്ചറിഞ്ഞു. 1971 ഏപ്രിൽ 28 നായിരുന്നു അത്. തിരുവായ്ക്കെതിർവായില്ലാതെ യുദ്ധമെങ്കിൽ യുദ്ധമെന്നു കരുതി തുനിഞ്ഞിറങ്ങി പടച്ചട്ടയണിയുന്ന പടത്തലവന്മാരുടെ കാലം കഴിഞ്ഞെന്ന് അന്നു ചരിത്രം അതിന്റെ താളിൽ കുറിച്ചിട്ടിരിക്കണം

എത്രയും പെട്ടെന്ന് യുദ്ധത്തിനുള്ള കരുത്തു സമാഹരിക്കുകയും സന്നാഹങ്ങൾ ഒരുക്കുകയും ചെയ്യുവാനുള്ള ഇന്ദിരയുടെ നിർദ്ദേശം മനേക്ഷാ അംഗീകരിച്ചു; അനുസരിച്ചു.

ഏഴുമാസമെടുത്തു ഒരുക്കങ്ങൾക്ക്. ഈ കാലതാമസം ഇന്ത്യയിൽ നിന്നൊരു യുദ്ധത്തെക്കുറിച്ച് ഇനിയാശങ്ക വേണ്ടന്ന നിഗമനത്തിലെത്തുവാൻ പാകിസ്ഥാനെ പ്രേരിപ്പിച്ചിട്ടുണ്ടാവണം. അവർ തീരെ നിനച്ചിരിക്കാതെ ഒരു നിമിഷം ഇന്ത്യൻ സൈന്യം പാകിസ്ഥാനെതിരെ ആക്രമണം അഴിച്ചുവിട്ടു.

വെറും പതിമൂന്നു ദിവസം മാത്രം നീണ്ടുനിന്ന യുദ്ധംകൊണ്ടു പാക്കിസ്ഥാൻ സൈന്യത്തെ അടിയറവുപറയിപ്പിച്ചു മനേക്ഷാ....പതിമൂന്നു ദിവസവും മുന്നണിയിൽ തന്റെ പട്ടാളക്കാരോടൊപ്പം അവരിലൊരാളായി ചെലവഴിച്ചുകൊണ്ടും അപ്പോഴപ്പോഴത്തെ നീക്കങ്ങൾക്കു ബദ്ധശ്രദ്ധനായി ചുക്കാൻപിടിച്ചുകൊണ്ടും നേരിട്ടു തന്ത്രങ്ങൾ മെനഞ്ഞു യുദ്ധം നയിച്ചുകൊണ്ടും മനേക്ഷാ നേടിയ ഈ തിളക്കമാർന്ന വിജയം സൈന്യത്തിനകത്തും ജനങ്ങൾക്കിടയിലും മാധ്യമങ്ങൾക്കിടയിലും ഒരുപോലെ അദ്ദേഹത്തിന് ഏറെ ആരാധകരെയുണ്ടാക്കി. യുദ്ധവിജയത്തിന്റെ എല്ലാ

ക്രെഡിറ്റും മനസുകൊണ്ട് ഇന്ത്യൻ ജനത സാമിനു നൽകിയപ്പോൾ യുദ്ധം നയിക്കുവാൻ സാമിനെ നിയോഗിച്ച ഇന്ദിര അതിൽ അഭിമാനിക്കുന്നതിനു പകരം അതിൽ അസ്വസ്ഥയായതു ചരിത്രം പിന്നീടേറ്റു പറഞ്ഞ ദുരന്തതമാശ! ബംഗ്ലാദേശ് വിമോചനം കഴിഞ്ഞപ്പോഴേക്കും ഇന്ത്യയിൽ രാഷ്ട്രീയരംഗം കലുഷിതമായി മാറിയിരുന്നത് ആ തമാശ അരങ്ങേറുവാൻ വിധിയൊരുക്കിയ പശ്ചാത്തലവും!

ഏറ്റവും ശക്തനായ ഏകാധിപതിയാണ് ഏറ്റവും ശങ്കാലുവാകുന്നതെന്നു പഴമൊഴി. ഏകാധിപത്യത്തിലേക്കുള്ള പാതയിൽ ഏറെ മുൻപോട്ടു പോയിക്കഴിഞ്ഞിരുന്ന ഇന്ദിര അകാരണമായ ദുരന്തദുശ്ശങ്കകൾ വേട്ടയാടുന്ന മനസിന്റെ ചാഞ്ചല്യത്തിനു വശപ്പെടുക സഹജം. അരക്ഷിതയാണ് താനെന്ന ഉൽക്കണ്ഠ കൂടുതൽ അധികാരങ്ങൾ തന്നിലേക്കു സ്വയം കേന്ദ്രീകരിക്കുമ്പോൾ ഒഴിവാക്കാനാവില്ല. ആശങ്കകൾ കാർമേഘങ്ങളായി മനസിൽ വിങ്ങിയപ്പോൾ സ്വന്തം നിഴലിനെപ്പോലും സംശയിക്കുവാൻ നിർബന്ധിതമാകുന്ന മനസ്സ് മനേക്ഷാ നേടിയ ജനപ്രീതിയെയും അതു സൈന്യത്തിനകത്തും പുറത്തും അദ്ദേഹത്തിനു നേടിക്കൊടുത്തിരിക്കാവുന്ന അധികശക്തിയേയും ഭീതിയോടെയും സന്ദേഹത്തോടെയും കാണാൻ തുടങ്ങിയതു വിധിനിയോഗം.

ഇന്ദിരാഗാന്ധി പക്ഷേ ഒരു മാന്യത കാണിച്ചു. മനേക്ഷാ ഇന്ത്യയുടെ അധികാരം തന്റെ കൈയിൽനിന്നും പിടിച്ചടക്കാൻ പോവുകയാണെന്ന അഭ്യൂഹം സത്യമാണോ എന്ന് പുറത്തല്ല ആരാഞ്ഞത്, മനേക്ഷായോടുതന്നെ നേരിട്ടാണ്.

ഒരു നിമിഷം പോലും ശങ്കിക്കാതെ സാം മറുപടിയും പറഞ്ഞു. ആ മറുപടി ഒരു മറുചോദ്യമായിരുന്നു. അതാവട്ടെ ഒരാജ്ഞാനുവർത്തിയുടേതായിരുന്നുമില്ല.

" Don't you think I am capable of that....? "

(എനിക്കതിനുള്ള കഴിവില്ലെന്നു കരുതുന്നുണ്ടോ?)

അങ്ങിനെയൊരു അജൻഡ സാമിനുണ്ടായിരുന്നുവെങ്കിൽ അഭ്യൂഹങ്ങൾക്കും വിളിച്ചുചോദ്യങ്ങൾക്കുമൊന്നും ഇടനൽകാതെ എപ്പോഴേ സാമതു നടപ്പിലാക്കി കഴിഞ്ഞിരിക്കുമായിരുന്നു! അത് ഇന്ദിര ഓർത്തില്ല. സ്വന്തം രഹസ്യാന്വേഷണ വിഭാഗത്തിന്റെ സൂക്ഷ്മദൃഷ്ടികളുടെ വ്യാപ്തിപ്രാപ്തിക്കൊക്കെ അപ്പുറത്തുകൂടി സഞ്ചരിക്കുവാൻ മനേക്ഷായുടെ തലച്ചോറിന് കെൽപ്പുണ്ടെന്നവർക്കോർക്കാമായിരുന്നു. ഏഴുമാസം മുൻപ് ഏതു നിമിഷവും ഇന്ത്യയിൽ നിന്നൊരാക്രമണം പ്രതീക്ഷിച്ചു അതിനെ നേരിടുവാൻ സജ്ജമായിരുന്ന പാകിസ്ഥാന്റെ കണക്കുകൂട്ടലുകളെയത്രയും തെറ്റിച്ചു അവർ ആ ഭീഷണി മറന്നു കഴിഞ്ഞശേഷം അപ്രതീക്ഷിതമായി അവർക്കെതിരെ ആഞ്ഞടിച്ച മനേക്ഷാ, അതിനായി കാത്തിരുന്ന ഏഴുമാസവും ഊഹിക്കുവാനും സംശയിക്കുവാനും പാക്കിസ്ഥാൻ രഹസ്യാന്വേഷണ ഏജൻസിക്ക് അണുവിടപോലും പഴുതു നൽകാതെ അനിവാര്യമായ യുദ്ധത്തിന് ഇന്ത്യൻ സൈന്യത്തെ സജ്ജമാക്കി നേടി

യതാണീ ജയം എന്നു മറ്റാരുമോർത്തില്ലെങ്കിലും സാമിൽ വിശ്വാസമർപ്പിച്ച ഇന്ദിര ഓർക്കണമായിരുന്നു.

ഇന്ദിരയോടുള്ള സാമിന്റെ മറുചോദ്യരൂപത്തിലുള്ള മറുപടിയുടെ വരികൾക്കിടയിൽ നാം വായിക്കുക.

"എനിക്കതിനുള്ള കഴിവുണ്ടായിട്ടും ഞാനതു ചെയ്യാത്തതിൽനിന്നറിഞ്ഞുകൂടേ അതെന്റെ അജൻഡയിലില്ലെന്ന്!"

തന്നെ പ്രീതിപ്പെടുത്തുന്ന ഒരുത്തരം മനേക്ഷായിൽനിന്നും ഇന്ദിര പ്രതീക്ഷിച്ചിരുന്നു എന്നു കരുതുന്നത് അവരെ വിലകുറച്ചു കാണുന്നതിനു സമമാകും. അതായിരുന്നു സാമിന്റെ പ്രകൃതമെങ്കിൽ ഏഴുമാസങ്ങൾക്കുമുൻപു യുദ്ധം നയിക്കുവാൻ നിർദേശിക്കുമ്പോൾ അദ്ദേഹം കണ്ണടച്ചനുസരിക്കുമായിരുന്നല്ലോ. യുദ്ധപരാജയത്തിന്റെ ഇകഴ്ത്തൽ ലോകദൃഷ്ടിയിൽ ഇന്ദിരാഗാന്ധിയെത്തന്നെയേ ഏശുമായിരുന്നുള്ളു. തൽക്കാലം അതിലെ പങ്കുകാരനാകേണ്ടിവരുമെങ്കിലും പദവിയിൽനിന്നും വിരമിച്ച ശേഷം ഒരു സർവീസ് സ്റ്റോറിയിലോ മറ്റോ താൻ അരുതെന്നു വിലക്കിയിട്ടും യുദ്ധം തുടങ്ങുവാൻ തന്നെ നിർബന്ധിക്കുകയായിരുന്നു എന്നു പിൻകൂർജാമ്യം എഴുതിയെടുത്തു ചരിത്രത്താളിൽ മാനം കാത്താൽ മതിയായിരുന്നല്ലോ....അതല്ല സാമിന്റെ പ്രകൃതമെന്നറിയാമായിരുന്നിട്ടും ഇന്ദിരയെ ചഞ്ചലചിത്തയാക്കിയത് ഇന്റലിജൻസ് റിപ്പോർട്ടുകളായിരുന്നുവെങ്കിൽ അതേ ഇന്റലിജൻസ് റിപ്പോർട്ടുകൾ തന്നെയാണ് ഇന്ദിരയെ വീണ്ടും ചതിച്ചതെന്നും ചരിത്രത്തിന്റെ സാക്ഷ്യം. എമർജൻസി കഴിഞ്ഞു തിരഞ്ഞെടുപ്പു നടത്തിയാൽ വിജയം സുനിശ്ചിതമെന്ന ഇന്റലിജൻസ് റിപ്പോർട്ടും അതു വിശ്വസിച്ചതിന് ഇന്ദിരയും പാർട്ടിയും കൊടുക്കേണ്ടിവന്ന വിലയും ഓർക്കുക.

മനേക്ഷായുടെ മറുപടിചോദ്യത്തിലെ വരികൾക്കിടയിൽ നിന്നും തന്റെ സന്ദേഹത്തിനുള്ള ഉത്തരം വായിച്ചെടുക്കുവാനുള്ള മനഃസ്വാസ്ഥ്യമോ സമചിത്തതയോ ഇന്ദിരയ്ക്ക് അന്ന് ഇല്ലാതെ പോയി. എഴുതാപ്പുറങ്ങളിൽ നിന്നു മാത്രമല്ല; പറയാപദങ്ങളിൽ നിന്നും പാഠങ്ങൾ ഉൾക്കൊള്ളാനുണ്ടെന്ന സത്യം നാൾവഴിത്താളുകൾ നമുക്കോതിത്തരുന്നു.

സന്ദേഹം വിട്ടുമാറാതെ വീണ്ടും ചോദ്യമാവർത്തിച്ച ഇന്ദിരയോടു ക്ഷമയോടെ, അലിവോടെ സാം മറുപടി നൽകി.

"I have no political ambitions Madam Prime Minister. My primary concern and duty is to keep the Forces united. I firmly believe that the nations should be ruled by the political leadership while the Forces should protect the frontiers.

(എനിക്കു രാഷ്ട്രീയ മോഹങ്ങളില്ല മാഡം പ്രൈം മിനിസ്റ്റർ....സൈന്യത്തെ സുശക്തമായും ഒന്നായും നിറുത്തുകയാണ് എന്റെ പ്രഥമ കർമം. രാഷ്ട്രീയനേതൃത്വം രാജ്യം ഭരിക്കട്ടെ. സൈന്യം അതിർത്തികൾ സംരക്ഷിക്കട്ടെ....അതാണു ധർമമെന്നു ഞാനുറച്ചു വിശ്വസിക്കുന്നു.)

തന്റെ കീഴ്ജീവനക്കാരെ സാം എന്നും വിശ്വസിച്ചിരുന്നു. അവർക്കെതിരെ ഒരിക്കലും നടപടി എടുക്കേണ്ടിവന്നിട്ടില്ല സാമിന്. സാം മനേക്ഷായായിരുന്നില്ലല്ലോ, പക്ഷേ ഇന്ദിരാഗാന്ധി....! വിശ്വസിക്കരുതാത്തവരെ വിശ്വസിച്ചതും വിശ്വസിക്കേണ്ടവരെ വിശ്വസിക്കുവാൻ മടിച്ചതുമാണ് ലോകത്തിന്റെ മുൻപിൽ സർവാതിശയിയായ വളർച്ചയുടെ ശക്തികൊണ്ട് ഉരുക്കുവനിതയായി മാറിയ ഇന്ദിരയുടെ പാതയിൽ വിള്ളലുകളും ഇടർച്ചകളും സഷ്ടിച്ചതെന്നത് ചരിത്രത്താളുകൾ പിന്നീട് ഏറ്റുപറഞ്ഞ സത്യമായി!

ഫീൽഡ് മാർഷൽ പദവിയിലേക്കുയർത്തപ്പെട്ടിരുന്ന മനേക്ഷായുടെ യുദ്ധവിജയത്തിന്റെ പ്രഭാവലയം ഏറ്റവും തെളിവാർന്നു നിൽക്കുമ്പോൾ തന്നെ അദ്ദേഹം ഔദ്യോഗിക ജീവിതത്തിൽനിന്നു വിരമിച്ചു.

നഷ്ടപ്പെട്ട പദവിയെക്കുറിച്ചല്ല സാം ഒരിക്കലും മനഃസ്താപപ്പെട്ടത്. കർമപ്രാപ്തി ജ്വലിച്ചുനിന്ന തന്റെ ജീവിതത്തിലെ ബാക്കി കുറേ വർഷങ്ങൾകൂടി രാജ്യത്തിനുവേണ്ടി സേവനമനുഷ്ഠിക്കുവാനുള്ള അവസരം നിഷേധിക്കപ്പെട്ടതിലായിരുന്നു അദ്ദേഹത്തിനു ദുഃഖം.

അടിസ്ഥാനരഹിതമായ ആരോപണങ്ങൾ തീർത്ത നിയമക്കുരുക്കുകളിൽപ്പെട്ട് ഒരു ദശാബ്ദത്തിലേറെക്കാലം മലയാളിയായ എം കെ കെ നായർക്ക് ജോലിയിൽനിന്നും വിട്ടുനിൽക്കേണ്ട ദുര്യോഗമുണ്ടായി. റിട്ടയർമെന്റിനു ശേഷം ആരോപണങ്ങളത്രയും തള്ളി നിയമം അദ്ദേഹത്തെ കുറ്റവിമുക്തനാക്കിയപ്പോൾ ലഭിക്കേണ്ടിയിരുന്ന എല്ലാ സ്ഥാനക്കയറ്റങ്ങളും പരിഗണിച്ചു മുൻകാലപ്രാബല്യത്തോടെ ശമ്പളകുടിശ്ശിക നഷ്ടപരിഹാരമായി അദ്ദേഹത്തിനു നൽകുകയും ചെയ്തു. അതുമായി ബന്ധപ്പെട്ടു പ്രധാനമന്ത്രി പാർലമെന്റിൽ നടത്തിയ ഒരു പ്രസ്താവന ഓർക്കുന്നു.

"ഉദ്യോഗത്തിൽ തുടർന്നിരുന്നുവെങ്കിൽ ഇന്ത്യയിലെ ഏറ്റവും ഉയർന്ന പദവിയിലുള്ള സിവിൽ ഉദ്യോഗസ്ഥനാകുമായിരുന്നു എം കെ കെ നായർ. നിഷേധിക്കപ്പെട്ട സാമ്പത്തിക ആനുകൂല്യങ്ങൾ അദ്ദേഹത്തിനു പരിഹാരമായി ലഭിച്ചിട്ടുണ്ടാകാം. പക്ഷേ, ഇക്കാലമത്രയും ഇദ്ദേഹത്തെപ്പോലെ പ്രാപ്തനായ ഒരു ഉദ്യോഗസ്ഥപ്രമുഖന്റെ വിലപ്പെട്ട സേവനം ഈ രാജ്യത്തിനു നഷ്ടപ്പെട്ടതിന് ആരു പകരം പരിഹാരം നൽകും?"

ഉത്തരമില്ലാത്തതായിരുന്നു ആ ചോദ്യം?

പദവിയിൽ തുടർന്നിരുന്നുവെങ്കിൽ മനേക്ഷായിൽനിന്ന് തുടർന്നും നാടിനും നാടിന്റെ സൈന്യത്തിനും ലഭിക്കുമായിരുന്ന വിലപ്പെട്ട സേവനം നഷ്ടപ്പെട്ടതിന് ആരു പകരം പരിഹാരം തരും?

ഈ ചോദ്യത്തിനുത്തരം നൽകുവാൻ ഇന്ദിരാഗാന്ധിക്കും കഴിയുമായിരുന്നില്ലല്ലോ!

ഔദ്യോഗിക പദവിയിൽനിന്നും വിരമിച്ച നിമിഷംതൊട്ടു മനേക്ഷായുടെ കർമോത്സുകതയുടെ സാധ്യതകൾ പ്രയോജനപ്പെടുത്തുവാൻ അദ്ദേഹത്തിന്റെ മുൻപിൽ നിരവധിപേരാണു ഓടിയെത്തിയത്. ആറു

സ്ഥാപനങ്ങളുടെ ചെയർമാൻസ്ഥാനം വഹിക്കുന്ന കൂട്ടത്തിൽതന്നെ ഒരേ സമയം നിരവധി സ്ഥാപനങ്ങളുടെ ഡയറക്ടർ ബോർഡംഗം ആയും രാപകൽ കർമനിരതനാകുന്ന സാമിനെയാണു പിന്നീടു നാം കാണുന്നത്. ആ കർമ മണ്ഡലവുമായി ബന്ധപ്പെട്ട ഒരു യാത്രകഴിഞ്ഞുള്ള മടക്കത്തിനിടയിലാണ് അദ്ദേഹത്തെ കാണുവാനും പരിചയപ്പെടുവാനും എനിക്കവസരമുണ്ടായത്.

പിന്നീടു പലകുറി അദ്ദേഹത്തെ കണ്ടു; എല്ലാം എയർപോർട്ടിൽ വച്ചുതന്നെ. ദൽഹിയിൽ, ബോംബെയിൽ, ബാംഗ്ലൂരിൽ, കൊച്ചിയിൽ, കോയമ്പത്തൂരിൽ.... തോളിൽ ഷോൾഡർ ബാഗുമേന്തി ട്രോളി സ്വയം തള്ളി, സ്വീകരിക്കുവാനും ആനയിക്കുവാനും എത്തിയ സൈനികോദ്യോഗസ്ഥന്മാരുടെ തോളിൽ തട്ടി കുശലം പറഞ്ഞ് ഒറ്റയാനായി നടന്നു വന്ന അദ്ദേഹം എനിക്കെന്നും വിസ്മയമായിരുന്നു. കൂർമമായ ഓർമശക്തിയോടെ ആരാധനാപൂർവം അദ്ദേഹത്തെ ശ്രദ്ധിച്ചുകൊണ്ടു സങ്കോചത്തോടെ ഒഴിഞ്ഞുമാറിനിന്നിരുന്ന എന്നെ ലോഞ്ചിലെ ആൾക്കൂട്ടത്തിനിടയിലും അദ്ദേഹം തിരിച്ചറിഞ്ഞിരുന്നു. ഒന്നോ രണ്ടോ വാക്കിൽ ഒരു കുശലം; ക്ഷേമാന്വേഷണം, അതിലപ്പുറം അദ്ദേഹത്തിനെവിടെ സമയം!

"Hello"

"Hai young man"

"How are you, my young friend?"

ഒരിക്കൽ മാത്രം (ഒരൽപ്പം സാവകാശം ഉണ്ടായിരുന്നതുകൊണ്ടാകാം)പെട്ടെന്ന് ഓർമയിൽനിന്നെടുത്തൊരു ചോദ്യം:

"Did you enjoy Europe?"

("യൂറോപ്പ് ശരിയായി ആസ്വദിച്ചുവോ?")

"Yes sir"

("ഉവ്വ് സാർ")

"Sam"

("സാം")

അദ്ദേഹം തിരുത്തി.

"Yes Sam....ആറുമണി കഴിഞ്ഞിട്ടും പകൽവെട്ടം തെളിഞ്ഞു നിൽക്കുമ്പോഴും അവരാസമയത്തെ രാത്രിയെന്നു വിളിക്കുന്നതു ഞാൻ നേരിട്ടനുഭവിച്ചു."

അർഥഗർഭമായി അദ്ദേഹം ചിരിച്ചു.

"ചരിത്രത്തിന്റെ നാൾവഴിയിൽ നിന്നും പകൽവെട്ടം മായും മുൻപേ, പകലിന്റെ ഊർജം ഇനിയും ബാക്കിനിൽക്കേ, സമയസൂചികളുടെ മാത്രം ന്യായത്തിൽ ഇനി രാത്രിയെന്നു വിധിയെഴുതിയവർ അങ്ങയോടല്ല, സാം, ഇന്ത്യയോട്....ഇന്ത്യയോടെന്താണ് ചെയ്തതെന്നും കാലം മനസിലാക്കുന്നു!"

ഒരു നിമിഷം സാം പുരികമൊന്നു വളച്ചു. പിന്നെ എന്റെ ചുമലിൽ സ്നേഹപൂർവം ഒന്നു തട്ടി പൊട്ടിച്ചിരിച്ചുകൊണ്ടു ട്രോളി തള്ളി നടന്നു നീങ്ങി. ആ ചുണ്ടുകളിൽ അപ്പോഴൊരു കവിതയുടെ ശകലം തത്തി

നിന്നിരുന്നു. ജവഹർലാൽ നെഹ്റുവിന് ഏറ്റവും പ്രിയപ്പെട്ട റോബർട്ട് ഫ്രോസ്റ്റിന്റെ വിഖ്യാത വരികൾ....

"But I have to go miles
Before I sleep....!"
"നിദ്രയെ പുൽകും മുൻപ്
ഏറെ ദൂരം എനിക്കിനിയും പോകുവാനുണ്ട്!"

പൊരുതേണ്ട പോരത്രയും പൊരുതി, പ്രിയപ്പെട്ട സാം, അങ്ങു നിദ്രയെ പുൽകിയിരിക്കുന്നു! അങ്ങു സഞ്ചരിച്ചത്ര ദൂരം ഒപ്പമെത്തുവാൻ പകരക്കാരനില്ലാത്ത ഈ നാട് അങ്ങയോട് കാണിച്ച കൃതഘ്നതയെ ചൊല്ലി ലജ്ജിക്കുമ്പോൾ, അങ്ങു നിവർത്തിച്ച കർമവീഥിയിലെ പ്രകാശചൈതന്യം ഹൃദയത്തിലേറ്റുവാങ്ങി മാതൃകയാക്കി വരുംതലമുറകൾ അങ്ങയെ നമിക്കും....

നന്ദി, സാം....സ്വസ്തി!

കുറിപ്പ്

കേന്ദ്ര ഇന്റലിജൻസ് റിപ്പോർട്ട് ഉടനെ തിരഞ്ഞെടുപ്പിന് അനുകൂലമായിരുന്നില്ലെന്നും പാർട്ടി വൃത്തത്തിൽ വ്യക്തിപരമായി നിർഭാഗ്യവശാൽ ഇന്ദിരാഗാന്ധി കൂടുതൽ വിശ്വാസത്തിലെടുത്ത സ്വകാര്യറിപ്പോർട്ടിലാണ് അപ്രകാരമൊരു നിർദ്ദേശം ഉണ്ടായിരുന്നതെന്നും പിന്നീടറിഞ്ഞു. സഞ്ജയ് ഗാന്ധി ആ ഘട്ടത്തിൽ തിരഞ്ഞെടുപ്പ് ഗുണത്തിനാവില്ലെന്നു ഭയന്നിരുന്നുവത്രെ! അതൊക്കെ മറികടന്നാണത്രേ ഇന്ദിര തെരഞ്ഞെടുപ്പു നടത്താൻ തീരുമാനിച്ചത്. അത് അവരുടെ പരാജയത്തിലാണ് കലാശിച്ചത്.

2

ഗുന്തർഗ്രാസും പയ്യൻസും ടി ആറും

വർഷങ്ങൾക്ക് മുൻപാണ്.... എഴുപതുകളുടെ ആദ്യപകുതി. എഴുപത്തിരണ്ടിലാണ് ഞാൻ എറണാകുളം മഹാരാജാസ് കോളേജിൽ നിന്നും പ്രീഡിഗ്രി തൊട്ട് എം എ വരെ തുടർച്ചയായി ഏഴുകൊല്ലത്തെ പഠനം കഴിഞ്ഞ് പുറത്തിറങ്ങുന്നത്. കോളേജുമായുള്ള വൈകാരിക

എറണാകുളം മഹാരാജാസ് കോളെജ്

ഗുന്തർഗ്രാസ്

വി കെ എൻ

ബന്ധം തുടർന്നിരുന്നതുകൊണ്ട് പിന്നീടുള്ള വർഷങ്ങളിലും ഇടദിവസങ്ങളിൽ കോളേജിൽ സന്ദർശനം പതിവുണ്ടായിരുന്നു. അധ്യാപകരിൽ പലരുമായും അടുത്ത ബന്ധമുണ്ട്. സാനുമാസ്റ്റർ, ലീലാവതി ടീച്ചർ, ഇക്കണോമിക്സിലെ ക്ലിറ്റസ്, ജോൺ, കെ അരവിന്ദാക്ഷൻ, കുഞ്ഞമ്പു, മുഹമ്മദ്, മോഹൻദാസ്, പ്രിൻസിപ്പലായ കെ സി പൈലി മാസ്റ്റർ, കെ എക്സ് ജോൺ മാസ്റ്റർ, പൊളിറ്റിക്സ് ഡിപ്പാർട്ട്മെന്റിലാണെങ്കിലും എല്ലായിടത്തും എല്ലാവരിലും പ്രസരിച്ചുനിന്ന കെ എൻ ഭരതൻ....ഓർമയിൽ ചൈതന്യദീപ്തിയോടെ തെളിയുന്ന മുഖങ്ങൾ ഏറെയുണ്ട്. അക്കൂട്ടത്തിലല്ല ടി ആർ (അതിനകം അദ്ദേഹം പ്രസിദ്ധനായ കഥാകൃത്തായി കഴിഞ്ഞിരുന്നു) എന്ന ടി രാമചന്ദ്രനുമായി പരിചയം. മുൻപേ സൂചിപ്പിച്ച ഇടക്കാല സന്ദർശനവേളയിൽ ഭരതൻ മാസ്റ്റർ പരിചയപ്പെടുത്തിത്തരികയായിരുന്നു. അകലങ്ങൾ പാലിച്ചുകൊണ്ടുതന്നെ ഞങ്ങൾ സുഹൃത്തുക്കളായി. വിക്ടർ ലീനസ് തുടങ്ങിയ പൊതുസുഹൃത്തുക്കളുമുണ്ടായിരുന്നു ഞങ്ങൾക്ക്.

ഒരുദിവസം കാമ്പസിലെ മുത്തശ്ശിമരങ്ങളുടെ തണൽതേടി ബാങ്കിൽനിന്നും അവധിയെടുത്തു വന്നതായിരുന്നു ഞാൻ. ഇംഗ്ലീഷ് ഡിപ്പാർട്ടുമെന്റിനോടനുബന്ധിച്ചാണ് മെയിൻ ലൈബ്രറി. അതിന്റെ വശത്തായി പാതി മാത്തമാറ്റിക്സ് ഡിപ്പാർട്ടുമെന്റിനും പാതി ഇംഗ്ലീഷ് ഡിപ്പാർട്ടുമെന്റിനുമായി പകുത്തു വച്ചിട്ടുള്ള ഒരിടമുണ്ട്. അതിലേക്കുള്ള ഗോവണിയാണ് മെയിൻ ഹാളിലേക്കുള്ള ഔപചാരികമായ പ്രവേശനം. അതെപ്പോഴും തുറക്കാറില്ല. ഇന്നിപ്പോൾ പൂർവ വിദ്യാർഥി സംഘടനയ്ക്കു നൽകിയിരിക്കുകയാണ് ആ ഇടമെന്നു തോന്നുന്നു.

അതിന്റെ നേരെ അപ്പുറത്തു തെക്കേ അറ്റത്തായിട്ടായിരുന്നു കൊച്ചി രാജകുടുംബത്തിലെ പെൺകുട്ടികൾക്ക് പ്രത്യേകമായുള്ള റെസ്റ്റ് റൂം. അവർക്കന്നു വരാനും പോകാനും പ്രത്യേകം വണ്ടിയുമുണ്ടായിരുന്നു; തമ്പുരാട്ടിവണ്ടിയെന്നു ഞങ്ങൾ ഓമനപ്പേരിട്ടു വിളിച്ചിരുന്ന വണ്ടി! പ്രത്യേക റസ്റ്റ് റൂം ഞാനൊക്കെ ഡിഗ്രിക്ലാസിലെത്തുമ്പോഴേക്കും അപ്ര

പ്രൊഫ എം കെ സാനു

എം ലീലാവതി

ത്യക്ഷമായിരുന്നു.

ആ ബ്ലോക്കിന്റെ നടക്കല്ലിലിരുന്നാൽ പ്രണയവൃക്ഷങ്ങളുടെ മർമരങ്ങളിൽ അനേകമനേകം സ്നേഹഗീതികൾക്ക് കാതോർക്കാം. വിദ്യാർഥികാലത്തും അതു കഴിഞ്ഞും അത് എന്റെയൊരു ശീലമായിരുന്നു.

ആ പതിവിൽ അവിടേക്കു നടക്കുമ്പോൾ കല്ലിലൊരിടത്തു ടി ആർ ഇരിക്കുന്നു.

കുശലഭാവത്തിൽ ഞാൻ ചിരിച്ചു. പ്രതികരണമില്ല. ആരോടോ ഇടഞ്ഞിരിക്കുന്ന ഭാവം.

"എന്തുപറ്റി?"

ഞാൻ നയത്തിൽ അന്വേഷിച്ചു.

ആകെ ക്ഷോഭിച്ച മട്ടിലൊരു കനത്ത മൂളലായിരുന്നു ആദ്യം. പിന്നെ ആത്മഗതം പോലെ മുറിഞ്ഞ വാക്കുകളിൽ ക്ഷോഭകാരണം വെളിപ്പെടുത്തി.

തൊട്ടുമുൻപുള്ള പീരിയഡിൽ ഇംഗ്ലീഷ് ലിറ്ററേച്ചർ എം എ രണ്ടാം വർഷ വിദ്യാർഥികൾക്കായിരുന്നു ടി ആറിനു ക്ലാസ്. സാഹിത്യ വിദ്യാർഥികളല്ലേ അവർക്കു താൽപ്പര്യമുണ്ടാകും എന്ന വിശ്വാസത്തിൽ ഉത്സാഹപൂർവം ടി ആർ ഒരു സുവിശേഷം പറഞ്ഞു:

"I have some wonderful news for you...."

കുട്ടികൾ കാതോർത്തിരിക്കണം.

"ഗുന്തർഗ്രാസ് ഇന്ന് നഗരത്തിലുണ്ട്"

നോബൽ ജേതാവായ വിശ്വസാഹിത്യകാരൻ ഇന്ത്യാ സന്ദർശനത്തിന്റെ ഭാഗമായി കേരളത്തിലുമെത്തിയിരുന്നു. അന്നദ്ദേഹം കൊച്ചി നഗരത്തിലുണ്ട്. വൈകിട്ട് പ്രസ് ക്ലബിനു താഴെയുള്ള അന്നത്തെ കറന്റ് ബുക്സിലുണ്ടാകും കുറച്ചിട. വന്നാൽ നേരിൽ കാണാം, സംസാരിക്കാം.... ഇത്രയും വെളിപ്പെടുത്താനുള്ള ഉത്സാഹത്തിലായിരുന്നു ടി ആറിന്റെ ഈ ആമുഖം.

"ഗുന്തർഗ്രാസ് ഈസ് ഇൻ ടൗൺ ടുഡെ."

എവിടെ എന്ന് ആവേശത്തോടെ കുട്ടികൾ തിരക്കും എന്നായിരുന്നു സ്വാഭാവികമായും ടി ആറിന്റെ പ്രതീക്ഷ.

ദോഷം പറയരുത്. പ്രതീക്ഷ കുട്ടികൾ തെറ്റിച്ചില്ല. അവർ അന്വേഷിച്ചു. താൽപ്പര്യത്തോടെ, ഉദ്വേഗത്തോടെ തന്നെ അന്വേഷിച്ചു!

പക്ഷേ, അന്വേഷണം ടി ആർ പ്രതീക്ഷിച്ച ദിശയിലൂടെയായില്ല എന്നു മാത്രം.

ബഷീർ

ആർട്ടിസ്റ്റ് നമ്പൂതിരി

ആർട്ടിസ്റ്റ്
സി എൻ കരുണാകരൻ

ഏകസ്വരത്തിൽ ഒരു മറുചോദ്യമായിട്ടായിരുന്നു കുട്ടികളുടെ അന്വേഷണം.

"In which theatre Sir"

ഏതു തിയറ്ററിലാണ് *ഗുന്തർഗ്രാസ്* എന്ന ചിത്രം അന്നു പ്രദർശിപ്പിക്കുന്നതെന്നാണ് അവർക്കറിയേണ്ടിയിരുന്നത്! നോബൽ ജേതാവായ എഴുത്തുകാരൻ ഗുന്തർഗ്രാസിനെ ഓർക്കാനും ശ്രദ്ധിക്കാനും അവർക്കെവിടെ സമയം?

ഇംഗ്ലീഷ് സാഹിത്യത്തിൽ റാങ്കും ഡിസ്റ്റിങ്ഷനും നേടിയിട്ടുണ്ടാവണം അവരിൽ പലരും. അക്കൂട്ടത്തിൽ കുറെപ്പേർ സിവിൽ സർവീസിൽ കയറുകയും പിന്നെയും ചിലർ ഇംഗ്ലീഷ് അധ്യാപകരായി കലാലയങ്ങളിൽ വിലസുകയും ചെയ്തിട്ടുമുണ്ടാകാം.

എം എ ബിരുദം നേടിയ ഉടനെ നഗരത്തിലുള്ള സ്വകാര്യ കോളേജിൽ ലക്ചർ ഉദ്യോഗം കിട്ടാനുള്ള സാധ്യത വേണ്ടെന്നു തീരുമാനിച്ച നിമിഷത്തെ ഞാൻ മനസാ നമിച്ചു!

ഖത്തറിലെ പ്രവാസിട്രസ്റ്റ് വർഷം തോറും നൽകിവരാറുള്ള ബഷീർപുരസ്കാരത്തിന് വി കെ എന്നിനെയാണ് ആ വർഷം തെരഞ്ഞെടുത്തത്. തലേവർഷം ആർട്ടിസ്റ്റ് നമ്പൂതിരിക്കായിരുന്നു അവാർഡ്. അക്കൊല്ലം തുടങ്ങിവച്ച ഒരു പതിവുണ്ടായിരുന്നു. നമ്പൂതിരി, സി എൻ കരുണാകരൻ തൊട്ട് കേരളത്തിലെ അറിയപ്പെടുന്ന ചിത്രകാരന്മാർ പത്തിരുപതുപേർ ഒന്നിച്ചുകൂടി ബഷീറിനു ചിത്രരചനാ പ്രണാമമർപ്പിക്കുക....ഈ ചിത്രങ്ങൾ പിന്നീട് പലയിടത്തും പ്രദർശിപ്പിക്കും. ഓർമകൾ കൊണ്ടും നിറങ്ങൾ കൊണ്ടും ബഷീറിനെ ശ്രാദ്ധമൂട്ടുന്ന ഒരപൂർവ സന്ദർഭമായിരുന്നു ഈ ഒത്തുചേരൽ. പ്രവാസി

ട്രസ്റ്റിന്റെ മുഖ്യസാരഥിയും എന്റെ ആത്മസുഹൃത്തുമായ ബാബു മേത്തരുടെ നേതൃത്വത്തിൽ ഭംഗിയായി അതു സംഘടിപ്പിച്ചും പോന്നിരുന്നു.

വി കെ എന്നിന് അവാർഡ് നൽകുന്നതു തിരുവില്വാമല ക്ഷേത്രം ഓഡിറ്റോറിയത്തിലായിരുന്നു. എം ടി, എം എൻ വിജയൻ, മുണ്ടൂർ കൃഷ്ണൻകുട്ടി, ബാലചന്ദ്രൻ ചുള്ളിക്കാട്, ഡോ.സെബാസ്റ്റ്യൻ പോൾ, കെ ബാലചന്ദ്രൻ....തുടങ്ങി പലരുമെത്തുന്നുണ്ട് അവാർഡ് ചടങ്ങിന്.

അതിനു രണ്ടുദിവസം മുൻപേ ചിത്രകാരന്മാരെത്തി ഓഡിറ്റോറിയത്തിനു മുകളിലുള്ള മുറികളിൽ തമ്പടിച്ചുകൊണ്ട് ചിത്രരചനാ പ്രണാമം ആചരിച്ചു. ബഷീറിന്റെയും വി കെ എന്നിന്റെയും കഥാപാത്രങ്ങളെ ഇടകലർത്തിക്കൊണ്ടുള്ള സങ്കൽപ്പചിത്രങ്ങളായിരുന്നു ഏറെയും.

മാങ്കോസ്റ്റിൻ ചുവട്ടിലെ ചാരുകസേരയും ഗ്രാമഫോൺ റിക്കാർഡ് പ്ലേയറും കാണാനെത്തിയ സർ ചാത്തുവിന്റെ നേർക്ക് സന്ദേഹപൂർവം തലയുയർത്തി നോക്കുന്ന പാത്തുമ്മയുടെ ആട്. മുച്ചീട്ടു കളിക്കാരന്റെ മകളെ ഇടങ്ങേറായിട്ടു കണ്ണേറിയുന്ന പയ്യൻസ്. സുഹറയുടെയും മജീദിന്റേയും ദിവ്യപ്രണയം കണ്ടു കണ്ണുനീർ പൊഴിക്കുന്ന കൗസു ബഷീറിയൻ കഥാപ്രപഞ്ചത്തിൽ വി കെ എൻ കഥാപാത്രങ്ങൾ ആദരപൂർവം മേയാനിറങ്ങുന്ന അപൂർവ സുന്ദര സങ്കൽപ്പങ്ങൾ.... അക്കാലത്ത് ഒരു മലയാളം ടെലിവിഷൻ ചാനലിൽ ഞാനൊരു പ്രതിവാര സാംസ്ക്കാരികാവലോകന പ്രോഗ്രാം അവതരിപ്പിച്ചു വരുന്നുണ്ടായിരുന്നു.

ആഹ്ലാദത്തോടെ ഞാൻ മനസിലുറപ്പിച്ചു. അത്തവണത്തെ എപ്പിസോഡിന്റെ മുഖ്യഭാഗം ഈ കൂട്ടായ്മയെക്കുറിച്ചാകണം. അതു മുൻകൂട്ടിക്കണ്ട് ഷൂട്ടിങ്ങിനു മുൻപായി ചിത്രങ്ങൾ നന്നായി കവർ ചെയ്യാൻ ഞാനാവശ്യപ്പെട്ടു. ചടങ്ങു കഴിഞ്ഞു ചിത്രങ്ങൾ തൽക്കാലത്തേക്കു കൊച്ചിയിൽ ആർട്ടിസ്റ്റ് കലാധരന്റെ (കലാപീഠം)വീട്ടിലാണ് സൂക്ഷിച്ചിരുന്നത്. കവർ ചെയ്യുന്ന കൂട്ടത്തിൽ തിരുവില്വാമല ക്യാമ്പിലെ അനുഭവങ്ങൾ കലാധരൻ അയവിറക്കുന്ന ഒരു ഭാഗം കൂടി ഷൂട്ട് ചെയ്യണമെന്ന് ഞാൻ നിർദ്ദേശിച്ചിരുന്നു.

ക്യാമറാമാനെയും കൂട്ടി ചാനലിലെ ഒരു പ്രൊഡ്യൂസറാണ് കവറേജിനു കലാധരന്റെ അടുത്തുപോയത്. നമ്പൂതിരിയും പരേതനായ എ എസ് നായരും വി കെ എന്നിന്റെ സർ. ചാത്തുവിനും പയ്യൻസിനും വേണ്ടി കോറിയിട്ട രേഖാചിത്രങ്ങളെ മറികടന്നുകൊണ്ട് വി കെ എൻ കഥാപാത്രങ്ങളെ കാൻവാസിൽ പുനഃസൃഷ്ടിക്കുകയെന്നത് വലിയൊരു വെല്ലുവിളിയാണ് എന്നു കലാധരൻ സംസാരിച്ച കൂട്ടത്തിൽ സന്ദർഭവശാൽ പറഞ്ഞുപോയി!

ഒരൽപ്പനേരം പരുങ്ങിയശേഷം ചാനൽ പ്രൊഡ്യൂസർ കലാധരനോടു ചോദിച്ചുവത്രേ:

"സർ ചാത്തുവിന് വി കെ എന്നിന്റെ വിഷൽസുണ്ട്. ഇനി വേണ്ടതു പയ്യൻസിനെയും എ എസ് നായരെയുമാണ്. അവർ എവിടെയുണ്ടാകുമെന്നു പറഞ്ഞു തന്നാൽ അവരെക്കൂടി കവർചെയ്യാമായിരുന്നു."

"നാണ്വായരു"തന്നെയാണ് സർ ചാത്തു എന്നാണു നിഗമനം.

വി കെ എന്നിന്റെ പയ്യൻസിനേയും പരേതനായ എ എസ് നായരെയും എവിടെ ചെന്നാൽ കവർ ചെയ്യാൻ പറ്റുമെന്നു പറയാനാകാതെ കലാധരൻ നന്നെ വിഷമിച്ചിരിക്കണം! സമൃദ്ധമായ താടി ഉഴിഞ്ഞുകൊണ്ട് സൗമ്യമായ ചിരിയിൽ പ്രതികരണമൊതുക്കി താനെന്ന് ഈ വിവരം എന്നോടു സൂചിപ്പിച്ചുകൊണ്ടു കലാധരൻ പിന്നീടു പറഞ്ഞപ്പോൾ ആ നല്ല മനുഷ്യന്റെ ക്ഷമാശീലത്തെ നമിക്കാതിരിക്കാൻ കഴിഞ്ഞില്ല.

ചാനലിൽ ഞാൻ സ്വകാര്യമായന്വേഷിക്കുമ്പോൾ കവറേജിനു പോയ പ്രൊഡ്യൂസർ നിസ്സാരയല്ല. എം എ സാഹിത്യത്തിനു പുറമെ ഡിസ്റ്റിങ്ഷനോടുകൂടിയ ജേർണലിസം ബിരുദവും കക്ഷത്തിൽ വച്ചിട്ടായിരുന്നു അവതാരം!

ഒരു മുഴുവൻസമയ പത്രപ്രവർത്തകനാകണമെന്ന് ഏറെ ആഗ്രഹിച്ചിരുന്നു ഞാൻ ഒരു കാലത്ത്. കേരളത്തിലെ ഏറ്റവും വലിയ ദിനപത്രത്തിൽ എനിക്കു അവസരവും ലഭിച്ചു. അന്ന് അതിന് പോകാൻ കഴിയാതെ വന്നതിൽ ദുഃഖിച്ചിട്ടുണ്ട് ഞാൻ. പക്ഷേ, അന്നതങ്ങനെ സംഭവിച്ചതെത്ര നന്നായി എന്നു ബോധ്യപ്പെടുത്തി തന്നു ഈ നിമിഷം. (ചാനലിലെ പ്രോഗ്രാം പിന്നീടു ഞാൻ തുടർന്നില്ല!)

രേഖകൾ എന്ന പുസ്തകത്തിലാണെന്നാണോർമ നമ്പൂതിരി അറിവിന്റെ ആറാംതമ്പുരാനെ ഉദ്ധരിച്ചുകൊണ്ടു പത്രഭാഷ യാഥാർഥ്യത്തെ കൊഞ്ഞനം കുത്തുന്നതിനെ പരിഹസിച്ചിട്ടുണ്ട്.

യാത്രാമധ്യേ പത്രത്തിന്റെ പ്രാദേശികലേഖകനെക്കണ്ടു തമ്പുരാൻ കുശലം ചോദിക്കുന്നതാണു സന്ദർഭം. നാട്ടിലെ വാർത്തകളൊന്നും പത്രത്തിൽ കാണാത്തതുകൊണ്ടു സ്വന്തം ലേഖകൻ ടി പണി ഉപേക്ഷിച്ചോ എന്ന് തമ്പുരാന് സംശയം. ഇല്ലെന്നു സ്വ ലേ. എങ്കിൽപ്പിന്നെ ഇരുവർക്കുമറിയാവുന്ന ഒരു മാന്യദേഹം പാമ്പുകടിയേറ്റു മരിച്ച വിവരം പത്രത്തിൽ കാണാത്തതെന്ത്? "ഉണ്ടായിരുന്നല്ലോ; ഞാൻ പ്രത്യേകം കൊടുത്തിരുന്നു". "ഉവ്വോ?" സർപ്പദംശനമേറ്റ് ദിവംഗതനായി എന്നു പ്രത്യേകം വിശദമായിട്ടെഴുതി വന്നിരുന്നു! പകുതി ആത്മഗതമായി തമ്പുരാൻ പറഞ്ഞുപോലും.... "നല്ലോരു മനുഷ്യേൻ.... മരിച്ചുപോയി! എന്നിട്ടുമിത്ര ക്രൂരത വേണ്ടിയിരുന്നോ?!"

*മാതൃഭൂമി*യുടെ തൃശൂർ ന്യൂസ് എഡിറ്ററും എന്റെ സുഹൃത്തുമായ എം പി സുരേന്ദ്രൻ മാധ്യമഭാഷയെക്കുറിച്ച് ഒരു പഠനശിബിരത്തിൽ പങ്കെടുത്തുകൊണ്ട് മൂന്നു നെടുങ്കൻ ഖണ്ഡികകളിലായി, ഒരു പ്രാമാണിക

ലേഖകൻ വിസ്തരിച്ചെഴുതിയിട്ടും വായനക്കാർക്കു മനസിലാകാതിരുന്ന വിഷയം, ഒരേയൊരു വാചകത്തിൽ വൃത്തിയായും ലളിതമായും മാറ്റിയെഴുതി പ്രൊഫ. എസ് ഗുപ്തൻനായർസാർ ഭാഷയുടെ സംവേദനപ്രസക്തി വ്യക്തമാക്കിയ ദൃഷ്ടാന്തം ചൂണ്ടിക്കാണിച്ചതുമിവിടെ ഓർക്കുന്നു.

അടുത്തിടെ ഭരതൻ ഫൗണ്ടേഷന്റെ ഒരു യോഗത്തിൽ പങ്കെടുക്കാൻ തൃശൂരെത്തിയപ്പോൾ പത്രപ്രവർത്തകനും എഴുത്തുകാരനുമായ ജയൻ ശിവപുരവുമായി തമ്മിൽ കണ്ടിരുന്നു. കഴിഞ്ഞ ഏതാനും നാളുകളായി ഞാൻ *മലയാളവും മാധ്യമവും മാതൃഭൂമിയു*മടക്കം പല ആനുകാലിക പ്രസിദ്ധീകരണങ്ങളിലും പല വിഷയങ്ങളെക്കുറിച്ചും തുടർച്ചയായി എഴുതുന്നത് അദ്ദേഹം വായിക്കുന്നുണ്ട്. എഴുത്തിന്റെ മേഖലയിൽ ഞാൻ സജീവമാകുന്നതിലുള്ള ആഹ്ലാദം പ്രകാശിപ്പിക്കുന്ന കൂട്ടത്തിൽ എന്റെ മുൻപേ സൂചിപ്പിച്ച അനുഭവങ്ങളെക്കുറിച്ചൊന്നുമറിയാതെ തന്നെ ജയൻ പറഞ്ഞു:

"*അങ്കിൾ* (അങ്ങനെയൊരു ഓമനപ്പേര് എനിക്കു പതിച്ചുകിട്ടിയിട്ടുണ്ട്) *പത്രപ്രവർത്തകനായിരുന്നുവെങ്കിൽ ഇത്രയും സ്വതന്ത്രമായി, സജീവമായി എഴുതുമായിരുന്നില്ല.*"

ഇതിന് അപവാദങ്ങളുണ്ടാകാം. പക്ഷേ, സാമാന്യവൽക്കരിക്കുമ്പോൾ ജയൻ പറഞ്ഞതു സത്യമാണ്. എഴുത്തൊരിക്കലും തൊഴിലായി മാറിയിരുന്നില്ലല്ലോ എനിക്ക്. അതൊരു പാഷനായി തുടരുന്നതുകൊണ്ട് അതിലെ ആർജ്ജവം നഷ്ടപ്പെടാതെ സൂക്ഷിക്കാനാകുന്നു. ഭാഗ്യം.

"*അധ്യാപകനാകാതിരുന്നതും നന്നായി. ഭാഷ തന്നെ മാറിപ്പോകുമായിരുന്നു എങ്കിൽ.*"

പഠിച്ചിരുന്ന നാളുകളിൽ അധ്യാപനത്തിന്റെ ഭാഗമായി എഴുത്തും കൂടി കൂട്ടത്തിൽ ഇണക്കത്തിനു കൊണ്ടുനടന്ന പലരുടെയും സാമ്പ്രദായിക മട്ടിലുള്ള കുറിപ്പുകളെ സുഹൃത്തുക്കളായ സെബാസ്റ്റ്യൻ പോളും ജോൺ ഓച്ചന്തുരുത്തും പീറ്റർ ലാലും *അധ്യാപക സാഹിത്യം* എന്നു കളിയാക്കി വിശേഷിപ്പിക്കാറുണ്ടായിരുന്നത് ഞാനൊരു നിമിഷം ഓർത്തു. ഒപ്പം അധ്യാപകരായിരിക്കുമ്പോഴും എഴുത്തുകാരനെന്ന നിലയിൽ വേറിട്ട ശൈലിയും വ്യക്തിത്വവും മികവോടെ പുലർത്തിയ ഗുരുശ്രേഷ്ഠന്മാരേയും.

നഷ്ടപ്പെടുത്തിയതും നിഷേധിക്കപ്പെട്ടതുമായ പലതും പിന്നീടു നല്ലതിനായി ഭവിക്കാമെന്നത് അനുഭവപാഠമാകുമ്പോൾ തന്നെ അനുഭവങ്ങളുടെ പശ്ചാത്തല മറുഭാഗ സൂചനകൾ വിരൽചൂണ്ടുന്ന സത്യസാക്ഷ്യങ്ങൾ അമ്പരപ്പിക്കുകയും ചെയ്യുന്നുണ്ട്; അക്ഷരപൂജ തൊഴിലാകുന്നതും ആ തൊഴിൽ തൊഴിൽമാത്രമാകുന്നതും അതാവശ്യപ്പെടുന്ന പരിവൃത്താവബോധത്തിന്റെ പ്രത്യക്ഷമായ അസാന്നിധ്യത്തിൽ അധ്യാപന മാധ്യമ മേഖലകളിൽ എത്രമാത്രം ആപൽക്കരമാകാം എന്ന തിരിച്ചറിവിന്റെ

പശ്ചാത്തലത്തിൽ പ്രത്യേകിച്ചും.

പഠിക്കാൻ വേണ്ടിയുള്ള പഠിത്തത്തിനും എഴുതാൻ വേണ്ടിയുള്ള എഴുത്തിനും റാങ്കുകളും ഡിസ്റ്റിങ്ഷനും പുരസ്കാരങ്ങളും കൊയ്തുകൂട്ടാനായേക്കാം.

പക്ഷേ, അതിനപ്പുറം കാലത്തിന്റെ മഷിമായാത്താളിൽ ഒരക്ഷരമെഴുതിച്ചേർക്കാനാകണമെങ്കിൽ അതിനാവശ്യം നിയോഗമാണ്; ആ നിയോഗമാവശ്യപ്പെടുന്നത് സമർപ്പണവും അതിൽനിന്നു മാത്രം സാധ്യമാകുന്ന സാക്ഷാത്ക്കാരവുമാണ്.

ചരിത്രം ഇതിനടിവരയിടുമ്പോഴും അപ്പോഴപ്പോഴത്തെ നേട്ടങ്ങൾക്കപ്പുറം ഈ ചരിത്രസാക്ഷ്യത്തിന് എന്തു വിലയെന്നു കരുതുന്നവർ സദയം ക്ഷമിക്കുക; ഈ ചിന്ത നിങ്ങളെ ഉദ്ദേശിച്ചല്ല!

3

ഊതിത്തെളിച്ചെടുത്ത പൊന്ന്!

രണ്ടായിരത്തിയാറിലെ അഭിശപ്തമായ ഒരു പകലിനെക്കുറിച്ച് ഇപ്പോഴുമോർക്കുന്നതു ഞടുക്കത്തോടെയാണ്. തൃശൂരിലെ അമല ഹോസ്പിറ്റൽ പരിസരത്തെ റോഡിലെ ഗട്ടറിൽ തലേന്ന് എപ്പോഴോ പെയ്ത മഴവെള്ളം കെട്ടിക്കിടക്കുന്ന ചെളിയിൽ മുഖം പൂഴ്ത്തി ചലനമറ്റുകിടക്കുന്ന ഒരു മനുഷ്യശരീരത്തെ കണികണ്ടുകൊണ്ടാണ് പേരാമംഗലത്ത് അന്നു നാടുണർന്നത്. തിരിച്ചറിയാൻ ആളുണ്ടായില്ല ആദ്യം. അനാഥപ്രേതമായി രണ്ടുദിവസം കിടക്കാനായിരുന്നു ഊഴം. എങ്ങിനെയോ എപ്പോഴോ ഒരു ആളലോടെ പിന്നെ അതാരെന്ന് ലോകമറിഞ്ഞു.

"ഈശ്വരാ....ജോസ് ചിറമ്മൽ!"

ജി ശങ്കരപിള്ളയുടെ സാരഥ്യകാലത്ത് സ്കൂൾ ഓഫ് ഡ്രാമ കണ്ട ഏറ്റവും സമർഥനായ വിദ്യാർഥി. സതീർഥ്യരായ ശ്യാമപ്രസാദിന്റെയും

പ്രിയാനന്ദനൻ

കെ ആർ മോഹനൻ

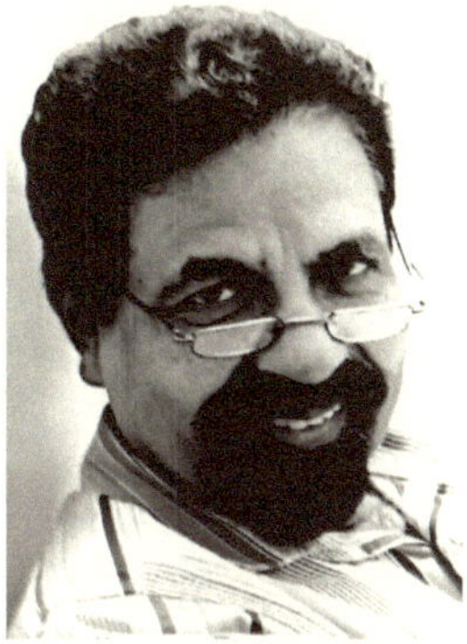

പി ടി കുഞ്ഞഹമ്മദ്

രഞ്ജിത്തിന്റെയും വിന്ധ്യന്റെയും കാഴ്ചപ്പാടിൽ തങ്ങൾക്കിടയിലെ ഏറ്റവും മിടുക്കൻ!

ജോസിനെ അറിയാനിടവന്ന പവിത്രൻ എപ്പോഴും പറയുമായിരുന്ന ഒരു വാക്യം മതി ഈ നാടകസ്നേഹിയുടെ പ്രതിഭയുടെ മാറ്ററിയാൻ.

"ഇവന്റെ തലയിൽ എത്ര ആൾതാമസമുണ്ടെന്നു പറയാൻ വയ്യിഷ്ടാ.... ഇതൊരു ജനുസ്സു വേറെയാണ്!"

അറിഞ്ഞ നാടകസിദ്ധാന്തങ്ങൾക്കും അറിയാത്ത നാടകപ്പൊരുളുകൾക്കുമിടയിൽ ഒരു പാലമാകാൻ സ്വന്തം സത്ത സമർപ്പിച്ച ജോസിന് ഒരനിബദ്ധരാഗമായി സ്വയം നിവർത്തിക്കുവാനായിരുന്നു വിധി. സ്വയം ചെന്നു ബലിക്കല്ലിലിരുന്നു ലോകത്തെ നോക്കി അമർഷത്തിന്റെ അല്ല വൈരങ്ങൾക്കിടയിൽ അലിവോടെ ജീവിതനാടകവേദിയിൽ ജോസ് ഭരതവാക്യം ചൊല്ലി. ആത്മാവിലത്രയും നാടകവും അതിലേറെ അതിനു വേണ്ടിയുള്ള അന്വേഷണവും ജ്വലിച്ചു നിൽക്കുമ്പോഴും ജീവിതത്തിലെ കടുത്ത യാഥാർത്ഥ്യങ്ങളുടെ സങ്കീർണച്ചുഴികളിൽപ്പെട്ടുലഞ്ഞപ്പോഴും സാഹചര്യങ്ങൾ തീർക്കുന്ന പരിവൃത്തത്തിനുള്ളിൽ പൊരുത്തപ്പെട്ടു വഴങ്ങാൻ മനസില്ലാതെ, വിധേയനാകാൻ വയ്യെന്ന് ഉച്ചത്തിലുദ്ഘോഷിച്ചു തന്നോടുതന്നെ ഒറ്റയാൾ യുദ്ധം പ്രഖ്യാപിച്ചുകൊണ്ട് രണ്ടറ്റവും കത്തിച്ചുപിടിച്ച ഒരു തിരിപോലെ എരിഞ്ഞ ചിറമ്മലിന്റെ ജീവിതം ശുഭപര്യവസായിയാകില്ലെന്ന ഭീതി അടുത്തറിയാവുന്നവരുടെ മനസിൽ എന്നുമുണ്ടായിരുന്നു.

ഒടുവിൽ നാം വന്നെത്തുക കൊച്ചി നഗരത്തിന്റെ രാജവീഥികളിലൊന്നിലെ ഓടയിൽ തിരിച്ചറിയാത്ത ജഡമായി കിടന്ന വിക്ടർ ലീനസ്സും കോട്ടയം റെയിൽവേ സ്റ്റേഷനിലെ പ്ലാറ്റ്ഫോറത്തിലെ തറയിൽ അനാഥപ്രേതമായി ചലനമറ്റുകിടന്ന സുരാസുവും ടെറസിൽനിന്നും വീണു ഗുരുതരമായ മുറിവോടെ, തിരിച്ചറിയപ്പെടാതെ കോഴിക്കോടു മെഡിക്കൽ കോളേജിലെ എമർജൻസി വാർഡിന്റെ വരാന്തയിലെ സ്ട്രക്ച്ചറിൽ മരണം കാത്തുകിടന്ന നിമിഷങ്ങളിൽ ജോൺ എബ്രഹാമും (ജോണിനു

പിന്നീടു ലഭിച്ച ചികിത്സ അതിർത്തി കടന്നശേഷമുള്ള തൈലലേപനം മാത്രമായിരുന്നല്ലോ!) എല്ലാം.... ഒരേ ദുരന്തകഥയിലെ ഒരേ കഥാപാത്രത്തിന്റെ വേറെ വേറെ മുഖങ്ങൾ മാത്രമായിരുന്നു എന്ന പൊള്ളുന്ന സത്യത്തിലേക്കാണ്.

ജോസ് ചിറമ്മലിന്റെ ദാരുണമരണമറിഞ്ഞു ദുഃഖാർത്തരായി ഓടിയെത്തിയ ചങ്ങാതിക്കൂട്ടത്തിൽ വല്ലച്ചിറ ഗ്രാമത്തിൽ നിന്നും വന്ന ഒരു ചെറുപ്പക്കാരനുമുണ്ടായിരുന്നു. എട്ടാം ക്ലാസുവരെ മാത്രം പഠിച്ച് അതിനപ്പുറം പോകാൻ ആവതില്ലാതെ കുലത്തൊഴിലായ സ്വർണപ്പണിയിൽ മുഴുകുമ്പോഴും ഈ ചെറുപ്പക്കാരന്റെ ആത്മാവത്രയും കലയുടെ മണ്ഡലത്തിൽ ആത്മപ്രകാശനത്തിനുവേണ്ടി ത്രസിച്ചിരുന്നത് ആദ്യം കണ്ടറിഞ്ഞത് ചിറമ്മലായിരുന്നുവല്ലോ! ആ മരണംതീർത്ത ശൂന്യതയിൽ താനൊരനാഥനായി എന്നുപറഞ്ഞു വിലപിച്ച ഈ ചെറുപ്പക്കാരനോടു മുൻപു തങ്ങൾക്കീർഷ്യയായിരുന്നുവെന്നു ചിറമ്മൽ 1982–83 കാലത്ത് തൃശൂരിലാരംഭിച്ച 'റൂട്ട്' എന്ന നാടകക്കളരിയിൽ ഒപ്പമുണ്ടായിരുന്ന ജയരാജ് വാര്യരും ശശിധരൻ നടുവിലും എം ഡി വിനോദും *(മാടമ്പിന്റെ* മരുമകൻ) ഏറ്റുപറയുന്നു. ജീവിച്ചിരിക്കുമ്പോൾ ചിറമ്മലിനോടു ഈ ചെറുപ്പക്കാരൻ ഏറ്റവുമധികം കലഹിച്ചിരുന്നതിന്റെ പേരിലാണത്രെ അത്.

ജീവിച്ചിരുന്നപ്പോൾ തന്നെ ചിറമ്മൽ അതിന്റെ ന്യായവും കണ്ടറിഞ്ഞിരുന്നു.

"ഇവന്റെ മനസിൽ സന്ദേഹങ്ങൾ തിക്കുമുട്ടുമ്പോൾ ഇവനു ചോദ്യം ചെയ്യാതെ വയ്യ. ഇതിനർഥം അവൻ അറിയാൻ തുടങ്ങുന്നുവെന്നാണ്. കലാപശ്രുതിയിൽ നിന്നേ പുതിയ ഈണങ്ങൾ പിറവിയെടുക്കൂ.... ഇവനിലൊരു കലാകാരൻ നാമ്പെടുക്കുന്നതിന്റെ പ്രസവവേദനയാണിത്."

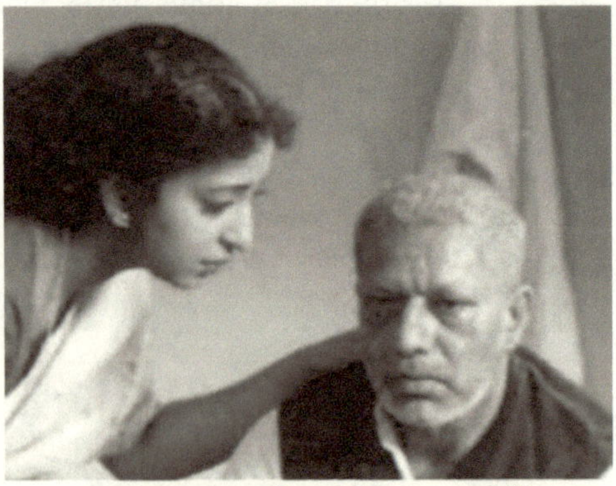

പ്രിയനന്ദനന്റെ നെയ്ത്തുകാരനിൽ
മുരളിയും സോനാനായരും

ജോസ് ചിറമ്മലിന്റെ പ്രവചനം സത്യമായെന്ന് പിന്നീട് ചരിത്രം സാക്ഷ്യപ്പെടുത്തുന്നു. വല്ലച്ചിറ ഗ്രാമത്തിൽ നിന്നു വരുമ്പോൾ അയാൾക്കു പേരു വല്ലച്ചിറ പ്രിയൻ എന്ന്. ചങ്ങാതിക്കൂട്ടം അയാളെ നാടകപ്രിയൻ എന്നു ഓമനിച്ചു വിളിച്ചു. അഭിനയമായിരുന്നു ആദ്യം. പക്ഷെ, ആരുടേയോ മനസിൽ വിരിഞ്ഞ സങ്കൽപ്പത്തിൽ നിന്നും ഇനിയൊരാളുടെ സങ്കൽപ്പത്തിലേക്കുള്ള പകർന്നാട്ടത്തിനു സ്വന്തം ചേരുവകളോടെയെങ്കിലും വാഹകനും വ്യാഖ്യാതാവുമാകുന്ന അഭിനേതാവിന്റെ തലത്തി

നപ്പുറം മറ്റെന്തൊ നിയോഗം കൂടി തനിക്കുണ്ടെന്ന് ആദ്യനാളുകളിലേ അയാളുടെ മനസു മന്ത്രിച്ചിരുന്നു. ബഷീർക്കഥകളുടെ നാടകവൽക്കരണത്തിനു മുന്നിട്ടിറങ്ങിക്കൊണ്ട് ഈ ചെറുപ്പക്കാരൻ സ്വന്തം തട്ടകം തിരിച്ചറിഞ്ഞു. *കെ പി ശശി*യുടെ ചിത്രത്തിലൊരു കഥാപാത്രമാകാനുള്ള ഊഴം തേടി വന്നത് ഒരുവിധത്തിൽ ഇയാൾക്ക് അനുഗ്രഹമായി. സിനിമയുടെ ദൃശ്യപകർച്ചക്ക് പകർന്നുതരാനാകുന്ന അറിയാപ്പൊരുളുകളുടെ പുതിയ സാധ്യതകളിൽ ഭ്രമിക്കുന്നതിന് അതൊരു പ്രചോദനമായി. സിനിമയുടെ സാങ്കേതികത പഠിക്കാനൊരവസരം തേടി നാടകപ്രിയൻ ചെന്നെത്തിയത് കെ ആർ മോഹന്റെയും പി ടി കുഞ്ഞുമുഹമ്മദിന്റെയും അടുത്തും. അതിനയാൾക്ക് പിൻബലമായതു മണിലാൽ എന്ന ചങ്ങാതിയും ആയിരുന്നു. വി ജി തമ്പിയുടെ ഒരു ടെലിഫിലിമും പി ടി കുഞ്ഞുമുഹമ്മദിന്റെ *ഗർഷോമും* കെ ആർ മോഹന്റെ ഡോക്യുമെന്ററികളുമായി ആദ്യ കളരി.

എഡിറ്റിങ് റൂമിലാണ് സിനിമയുടെ യഥാർഥ രൂപഭാവം ഉയിരെടുക്കുന്നതും പൂർണമാകുന്നതെന്നുമുള്ള അറിവോടെ എഡിറ്റിങ് റൂമിലേക്കു തന്നെക്കൂടി കൂട്ടാൻ കെ ആർ മോഹനോടയാൾ യാചിച്ചു. എതിരു പറയാനറിയാത്ത മോഹൻ പ്രിയനെ കൂടെക്കൂട്ടി. *സ്വരൂപ*ത്തിന്റെയും *ഗർഷോമി*ന്റെയും പാതയിൽ മുള്ളുകൾ മാത്രമാണുണ്ടാവുകയെന്നും ആത്മസംതൃപ്തിക്കപ്പുറം കോട്ടക്കൊത്തളങ്ങൾ നേടിത്തരാൻ ഈ വഴി ഉതകില്ലെന്നും പ്രിയനറിയാമായിരുന്നു. സ്വയംകുരുതിയുടെ പാത തിരഞ്ഞെടുത്ത് അതിന്റെ വറുതികൾക്കിടയിൽ ഞെരുങ്ങുമ്പോഴും പ്രിയന്റെ മനസിൽ ഒരു പ്രത്യാശ; തനിക്കുമുണ്ടൊരു ഊഴമെന്ന വിശ്വാസം അണയാതെനിന്നുപോന്നു.

കാപട്യമില്ലാത്ത മനസ്സിൽ കൈവച്ചു ചിറമ്മൽ നടത്തിയ പ്രവചനത്തിനു സത്യമാകാതെ വയ്യായിരുന്നല്ലോ!

തീരെ പ്രതീക്ഷിക്കാതിരുന്ന ഘട്ടത്തിലാണ് ഒരു ചിത്രത്തിന്റെ ഓഫർ പ്രിയനെ തേടി വരുന്നത്. ഈ കന്നിച്ചിത്രം വെള്ളിത്തിരയിലെത്തിയപ്പോൾ നാടകപ്രിയന്റെ പേരു നാം മാറ്റിവായിച്ചു.

പ്രിയനന്ദനൻ!

ചിത്രം: *നെയ്ത്തുകാരൻ.*

ഈ ചിത്രത്തിലെ അഭിനയത്തിനു മുരളിക്കു ഇന്ത്യയിലെ മികച്ച നടനുള്ള ദേശീയ പുരസ്കാരം ലഭിക്കുകയും ചിത്രം അവാർഡുകൾ നേടുകയും ചെയ്തപ്പോൾ മാധ്യമപ്രവർത്തകർ പ്രിയനന്ദന് ചുറ്റും വളഞ്ഞു.

ആരോ ഒരു ക്ലീഷേ ചോദ്യമെറിഞ്ഞു:

"മലയാള സിനിമയിലെ പ്രതിസന്ധിയെക്കുറിച്ചെന്തുപറയുന്നു?"

ഒട്ടും ക്ലീഷേയല്ലായിരുന്നു മറുപടി.

"അറിയില്ലെനിക്ക്; ഞാനൊരു തുടക്കക്കാരനല്ലേ....പക്ഷേ, പ്രതിസന്ധി... അതെന്റെ ജീവിതത്തിൽ ധാരാളമുണ്ട്. അതാണുള്ളത് മുഖ്യമായും...."

അതൊരു വെറും പ്രസ്താവമായിരുന്നില്ല. *നെയ്ത്തുകാരൻ* ജനങ്ങളിലേക്കു വേണ്ടവിധം എത്തിക്കാനായില്ല. അന്നന്നത്തെ അപ്പം പ്രശ്നമായപ്പോൾ കുലത്തൊഴിലിലേക്കു മടങ്ങാനും ആ തൊഴിൽ നൽകുന്ന ജീവസന്ധാരണ സുരക്ഷിതത്വത്തിന്റെ പിൻബലത്തിൽ നാടക പ്രവർത്തനങ്ങളിൽ മുഴുകാനും ഈ ചലച്ചിത്രകാരൻ മടിച്ചില്ല. കൂടെ തൊഴിൽ ചെയ്തവർ ആ മേഖലയിൽ അഭിവൃദ്ധിയുടെ പടവുകൾ കയറി സുരക്ഷിതരായപ്പോഴും പരിഭവിക്കാതെയും പരിഭ്രമിക്കാതെയും പ്രിയനന്ദനൻ തന്റെ തപസ്യ തുടർന്നു.

എയർകണ്ടീഷൻഡ് മുറിയിലല്ല അന്തിയുറക്കമെങ്കിലും പ്രിയൻ രാവിലെ ഉണർന്നെഴുന്നേൽക്കുമ്പോൾ കണ്ണാടിയിൽ സ്വന്തം പ്രതിച്ഛായയോടു നിന്ദ തോന്നാനിടവന്നിട്ടില്ല.

"ചെയ്യേണ്ടതേ, നാടകത്തിലായാലും സിനിമയിലായാലും ചെയ്തിട്ടുള്ളൂ.... അതു പകർന്നുതരുന്ന തൃപ്തിക്കു കോടികളുടെ ബാങ്ക് ബാലൻസിനേക്കാൾ വിലയും വലുപ്പവുമുണ്ട്!"

അഞ്ചുവർഷം കാത്തിരിക്കേണ്ടിവന്നു പ്രിയനന്ദനന് സിനിമയിൽ രണ്ടാമതൊരു ഊഴം ലഭിക്കാൻ. തലശ്ശേരി കോളേജിൽ അധ്യാപകനായ എൻ പ്രഭാകരന്റെ നാടകമായിരുന്നു ഇതിവൃത്തം. *പുലിജന്മ*ത്തിന് എൻ ശശിധരനും (കഥാകൃത്തും നാടകകൃത്തും) പ്രഭാകരനും ചേർന്നു തിരക്കഥയെഴുതി.

*പുലിജന്മ*വും വേണ്ടവിധം പ്രേക്ഷകരിലെത്തിക്കാൻ കഴിയാത്തതിന്റെ നിരാശ ചെറുതല്ല പ്രിയനന്ദനന്. മാനസികമായിത്തന്നെ തളർന്ന പ്രിയനന്ദനൻ ഗുരുവിന്റെ പാത സ്വീകരിക്കാതിരിക്കാൻ ദൈവം കനിഞ്ഞു വർഷിച്ച മൃതസഞ്ജീവനിയാണ് ഈ ചിത്രം നേടിയെടുത്ത ഏറ്റവും മികച്ച ഇന്ത്യൻ ചിത്രത്തിനുള്ള രാഷ്ട്രപതിയുടെ സ്വർണമെഡൽ എന്ന് അടുത്ത ചങ്ങാതിമാർ പറയുന്നു.

ഉമിയിലെ നീറുന്ന തീയിൽ കുഴലൂതിയൂതി ഉരുക്കി വിളക്കി തീർക്കുന്ന സ്വർണത്തിന്റെ തരി തന്റെ തട്ടകത്തിലെത്തിയപ്പോൾ സ്വയം തെളിഞ്ഞു സാധകത്തിലൂടെയും തപസ്യയിലൂടെയും തനിത്തങ്കമായി നിറപ്രഭയാർന്നു നിൽക്കുമ്പോൾ അഹങ്കാരത്തോടെ, ആശ്വാസത്തോടെ ജോസ് ചിറമ്മലിന് അങ്ങ് പരലോകത്തിൽ ആഹ്ലാദിച്ചു ഊറ്റംകൊള്ളാം, തന്റെ കണ്ടെത്തലും അതിലർപ്പിച്ച വിശ്വാസവും വൃഥാവിലായില്ലെന്ന്....

തലയിൽ അനവധിപ്പേർ ആൾത്താമസമുള്ള ചിറമ്മലിന്റെ വീരവാദം കേട്ട് അരവിന്ദന്റെയും ഭരതന്റെയും ഹൈദരലിയുടെയും ഇടയിൽനിന്നും സ്വതഃസിദ്ധമായ ശൈലിയിൽ പവി ഉറക്കെപ്പറയുന്നത് എനിക്കു കേൾക്കാം.

"ഡാ, നെന്റെ ചെറുക്കൻ കലക്കീല്ലോ...."

വർത്തമാനകാലത്തിന്റെ അംഗീകാര ആദരവുകൾക്കൊപ്പം ആശീർവാദവർഷം പൂർവസൂരികളിൽനിന്നും ചൊരിഞ്ഞുകിട്ടുന്നതു പ്രിയനന്ദനന്റെ സുകൃതം, പുണ്യം, ഭാഗ്യം.

വർഷങ്ങൾക്കു മുമ്പൊരു വിമാനയാത്രയിൽ കണ്ട ഒരു ഇൻ

ഫ്ളൈറ്റ് സിനിമയെക്കുറിച്ചുള്ള അവ്യക്തമായ ഓർമ എന്റെ മനസിലുണ്ട്. അഭിനയിച്ചിരുന്നത് ലോറൻസ് ഒലിവ്യറായിരുന്നെന്നും ഓർമ ഉറപ്പില്ലാതെ പറയുന്നു. ഷെക്സ്പിയറിന്റെ വിഖ്യാതമായ *കിങ് ലിയറി*നെ പതിവായി വേദിയിലവതരിപ്പിച്ചു പ്രശസ്തനായൊരു നാടകനടനാണു കഥാപാത്രം. വ്യക്തിജീവിതത്തിൽ അയാൾ നേരിടുന്ന സംഘർഷങ്ങളും തിരിച്ചടികളും ധർമസങ്കടങ്ങളും തന്നെയാണ് ഷെക്സ്പിയർ *കിങ് ലിയറി*ന്റെ കഥാപാത്രത്തിനായി എഴുതിവച്ചിരുന്നതും. ഭാഷയിൽ മാത്രമായിരുന്നു വ്യത്യാസം.

മനസിന്റെ പിരിമുറുക്കം താങ്ങാനാവാതെ നടൻ മദ്യത്തെ ആശ്രയിക്കുന്നതും ഒടുവിലെത്തിപ്പെടുന്ന മാനസിക വിഭ്രാന്തിയുടെ നിമിഷങ്ങളിൽ സ്റ്റേജിൽ ജീവിതത്തിൽ അയാൾ ഉരുവിടുന്ന മൊഴികൾ കിങ് ലിയറായി നിന്നുപറ

ശിവാജി ഗണേശനും ഭരത്ഗോപിക്കും ലഭിക്കാതെ പോയ അവസരം പ്രിയനന്ദനൻ പുലിജന്മത്തിലൂടെ മുരളിക്കു നൽകി

യുന്നതും വീട്ടിൽ ജീവിതത്തിൽ ഉരിയാടേണ്ട മൊഴികൾ ഷെയ്ക്സ്പിയറിന്റെ വരികളായി മാറിപ്പോകുന്നതുമായ വിചിത്രമുഹൂർത്തങ്ങൾ ഓർമയിലുണ്ട്. ഭാഷയിൽ മാത്രമാണ് വ്യത്യാസം; പരസ്പരം സന്ദർഭങ്ങൾ മാറിപ്പോയപ്പോൾ ആ വ്യത്യാസം പകർന്നുതന്ന അധികമാനം അതിശയിപ്പിക്കുന്നതായിരുന്നു.

ഞാനിതൊരിക്കൽ സന്ദർഭം കിട്ടിയപ്പോൾ മഹാനടനായ ശിവാജി ഗണേശനോട് പറഞ്ഞു. ഈ കഥാപാത്രത്തിന്റെ സാധ്യതകളിലെ അപാരസീമകൾ മനസിൽ കണ്ടു തൊഴുകയ്യോടെ അദ്ദേഹം പരിതപിച്ചു:

"കടവുളേ....കൊടുത്തുവയ്ക്കലെയേനാൻ!"

അസാധാരണ മാനങ്ങളുള്ള ഒരു കഥാപാത്രത്തെക്കുറിച്ചു കേൾക്കുമ്പോഴുള്ള ഒരു നടന്റെ ഉൾക്കുതിപ്പ് പിന്നീടെപ്പോഴോ ഗോപിയോട് ഈ കഥാപാത്രത്തെക്കുറിച്ചു പറഞ്ഞപ്പോൾ ആ കണ്ണുകളിൽ കണ്ട തിളക്കത്തിലും തുടർന്നുതിർന്ന നിശ്വാസത്തിലും ഞാൻ ഒരിക്കൽക്കൂടി അനുഭവിച്ചറിഞ്ഞു.

ശിവാജി ഗണേശനും ഗോപിക്കും ലഭിക്കാതെ പോയ ഒരൂഴമാണ് മൂലപ്രമേയത്തിലും അതിനു പകർന്ന ദൃശ്യഘടനയിലും തികച്ചും വ്യത്യസ്തമായ മൗലികത നിലനിർത്തിയ *പുലിജന്മ*ത്തിൽ ഗോപി വെള്ളിത്തിരയ്ക്കു പരിചയപ്പെടുത്തിയ നടൻ മുരളിക്ക് പ്രിയനന്ദനൻ നൽകിയത്. വളരെ സംയമനത്തികവോടെ തന്റേതായ വ്യാഖ്യാനങ്ങളോടെ പ്രിയനന്ദനന്റെ സങ്കൽപ്പത്തിലെ ഫ്രെയിമുകളിലേക്കു മുരളി ആ കഥാപാത്രത്തെ പകർന്നു നിവർത്തിച്ചിരുന്നു. മുരളിയുടെ അഭിനയജീവിതത്തിലെ ഏറ്റവും മികവാർന്ന ഒരു പാത്രാവിഷ്കാരമായിരുന്നു ഇത്.

"മുരളിക്കൊരു ദേശീയ അവാർഡ് ഒരിക്കൽക്കൂടി ഈ കഥാപാത്രം നേടിനൽകുമെന്നു ഞാൻ പ്രതീക്ഷിച്ചിരുന്നു"–

കെ ജി ജോർജ് ഇച്ഛാഭംഗത്തോടെ പറയുന്നു.

കെ ജി ജോർജ്ജ്

ദേശീയ അവാർഡുകൾ വാർദ്ധക്യകാല പരിഗണനയുടെ പേരിൽ ചാർത്തപ്പെടുന്ന സംവിധാനത്തിൽ മുരളി പിന്തള്ളപ്പെട്ടതിൽ അത്ഭുതമില്ലല്ലോ!

*പുലിജന്മ*ത്തിന് ജോൺ എബ്രഹാം അവാർഡ് നൽകിയ ജൂറിയുടെ അധ്യക്ഷൻകൂടിയായിരുന്നു. ജോർജ് പ്രിയനന്ദനനു ലഭിച്ച ദേശീയ പുരസ്കാരം നൂറു ശതമാനം ന്യായവും അർഹതപ്പെട്ടതുമാണെന്ന് സാക്ഷ്യപ്പെടുത്തുന്നു.

മലബാർ പ്രദേശങ്ങളിലെ ഒരു മിത്തിനെ ആധുനിക ജീവിതത്തിന്റെ സങ്കീർണ സമസ്യകളോട് അതിവിദഗ്ധമായി അതിന്റെ എല്ലാ ഭാവതീവ്രതയോടുംകൂടി റിയലിസ്റ്റിക് ആയിത്തന്നെ ബന്ധിപ്പിച്ചുകൊണ്ട് ദൃശ്യ

വൽക്കരിക്കാൻ അസാമാന്യമായ ചാതുര്യം പ്രിയനന്ദനൻ പുലർത്തിയിരിക്കുന്നുവെന്നാണ് ജോർജിന്റെ നിരീക്ഷണം.

നൂറു ശതമാനവും സിനിമാറ്റിക്കായി മൂലസങ്കൽപ്പത്തെ നാടകവേദിയുടെ പരിവൃത്തത്തിൽ നിന്നും അടർത്തി തന്റെ മനസിന്റെ കയ്യൊപ്പോടെ വേറിട്ടൊരു കാഴ്ചാനുഭവമായി വിന്യസിപ്പിക്കാനും മൗലികമായി പുനഃസൃഷ്ടിച്ചുകൊണ്ട് സാക്ഷാൽക്കരിക്കാനും പ്രിയനന്ദനന് കഴിഞ്ഞിട്ടുണ്ട്.

നാടകത്തിന്റെ തട്ടകത്തിൽനിന്നും സിനിമയിലേക്ക് വരുന്നവർ കൂട്ടത്തിൽ അൽപ്പം നാടകവും കൂടി കൊണ്ടുവരുന്നതായാണ് അധികവുമനുഭവം. അനുഷ്ഠാനകലയുടെ ഭൂമികയിൽനിന്നും നിവർത്തിച്ച രചന കൂടിയാകുമ്പോൾ നാടകാംശത്തിന്റെ പ്രസരം സിനിമയിൽ ന്യായസഹജവും. അതിനെ മറികടന്നിരിക്കുന്നു *പുലിജന്മ*ത്തിൽ പ്രിയനന്ദനൻ.

മൂലപ്രമേയത്തിന്റെ കാഴ്ചപ്പാടിനെ മാത്രം സ്വാംശീകരിച്ച് തന്റേതായ ദൃശ്യതാളത്തിൽ പുതുമാനങ്ങൾക്ക് ആവോളം സാധ്യതകൾ സൃഷ്ടിച്ചുകൊണ്ട് ഒരു സ്വതന്ത്രരചനയും വ്യാഖ്യാനവും പകർന്നു തരാൻ കഴിഞ്ഞിരിക്കുന്നു പ്രിയനന്ദനന്. അതൊരു ചെറിയ നേട്ടമല്ല.

*നെയ്ത്തുകാരനേ*ക്കാൾ നല്ല സിനിമയായി *പുലിജന്മ*മെന്നത് പ്രിയനന്ദനന്റെ വരാനിരിക്കുന്ന ചലച്ചിത്രരചനകളെ പ്രതീക്ഷയോടെ ഉറ്റുനോക്കാൻ നമ്മെ പ്രേരിപ്പിക്കുന്നു.*

കലാപകലുഷിതമാണ് നിർഭാഗ്യവശാൽ ഇന്ന് നമ്മുടെ സിനിമ. നല്ല സിനിമയൊഴികെ മറ്റെല്ലാമിവിടെ തർക്കവിഷയമാകുമ്പോൾ, സിനിമയെ ഗൗരവപൂർവം കാണാനാഗ്രഹിക്കുന്നവർ വന്നുപെടുന്ന തമസിൽ വലിയൊരാശ്വാസമാണ് പ്രിയനന്ദനൻ എന്ന ചലച്ചിത്രകാരനും അയാൾ ഉലയിൽ ഊതിത്തെളിക്കുന്ന പൊന്നിന്റെ ദീപ്തിയും.

ഈ ചിത്രത്തെ ആവോളം ശ്ലാഘിക്കുവാൻ മനസു തുറന്ന ജോർജ് അധ്യക്ഷനായ ചലച്ചിത്രവികസന കോർപ്പറേഷന്റെ അധീനതയിലുള്ള ശ്രീ തീയറ്ററുകളെങ്കിലും *പുലിജന്മം* പോലുള്ള ചിത്രങ്ങൾക്ക് പ്രദർശന സാധ്യതയൊരുക്കുമെങ്കിൽ അതൊരു പുണ്യമാകും; ശാപമോക്ഷവും.

വിഘ്നങ്ങളിൽ നിരാശനാകാതെ, തളരാതെ പ്രിയനന്ദനൻ എം ടി എപ്പോഴും ഉദ്ധരിക്കാറുള്ള *"തീർത്ഥാടകാ.... നിന്റെ വഴി നീ തന്നെ കണ്ടെത്തുന്നു"* എന്ന ചൊല്ലിൽ വിശ്വസിച്ച് മനസിന്റെ വാതിലുകൾ തുറന്നിട്ട് കാറ്റും വെളിച്ചവും സ്വീകരിച്ച് കൂടുതൽ ശ്രേഷ്ഠങ്ങളായ ചലച്ചിത്ര രചനകളിലൂടെ ജീവിതമെന്ന സമസ്യയുടെ കാണാപ്പുറങ്ങളെ ഉരുക്കഴിക്കാനുള്ള തന്റെ പീഡനപർവം തുടരേണ്ടത് കാലഘട്ടത്തിന്റെ കൂടി ആവശ്യമായി മാറുകയാണ്.

കുറഞ്ഞ പക്ഷം ജോസ് ചിറമ്മലിന്റെ ആത്മാവെങ്കിലും സിനിമയെ സ്നേഹിക്കുന്ന അനേകരോടൊപ്പം നിശ്ശബ്ദമായി നിങ്ങളോടതാവശ്യപ്പെടുന്നുവെന്ന് പ്രിയപ്പെട്ട സുഹൃത്തേ, തിരിച്ചറിയുക.

---

* *സൂഫി പറഞ്ഞ കഥ* പ്രത്യാശയോടെയാണു കാത്തിരിക്കുന്നത്

4

അറുപതിന്റെ തേജസിൽ കൊടുമുടിവേണു!

അറുപതു പിന്നിട്ട കെ വേണുഗോപാൽ

I

ആയിരത്തിയൊരുന്നൂറ്റി എൺപത്തിമൂന്നിലെ ഇടവത്തിൽ ആദ്യ വിശാഖത്തിന് പി കെ കേശവപിള്ള സാറിന്റെയും പി കുഞ്ഞിക്കുട്ടിയമ്മ ടീച്ചറുടെയും ഇളയപുത്രന് അറുപത് തികഞ്ഞു! സ്തുതിമംഗളം പാടുവാൻ ആർക്കും പഴുതുനൽകാതെ, ആരോരുമറിയാതെ, ആരാരെയുമറിയിക്കാതെ നാളതു കടന്നുപോയി. അതു വിശാഖം തിരുന്നാളിന്റെ കൗശലം.

"വയസറിയിച്ച് എന്നെയങ്ങിനെയാരും വൃദ്ധനാക്കണ്ട!".

നാലാൺമക്കളിൽ ഇളയവനായിട്ടായിരുന്നു വിശാഖം നാളിൽ ജനനം. നാലാമത്തേതെങ്കിലും പെണ്ണായിരുന്നെങ്കിലെന്ന സാറിന്റെയും ടീച്ചറുടെയും പ്രാർഥന ദൈവം കേട്ടില്ല. ആ അരിശത്തിന്, അതോ, ഒരു പെൺകുഞ്ഞിനെ താലോലിക്കുവാനുള്ള മോഹത്തിനോ, സാറും ടീച്ചറും കണ്ണെഴു

തിച്ചു പൊട്ടുതൊടുവിച്ചു മുടി നീട്ടിചീകി പിന്നിവച്ചതായി സങ്കൽപ്പിച്ചു. അയഞ്ഞ കുപ്പായങ്ങൾ ഉടുപ്പുപോലെ ധരിപ്പിച്ചു പെൺകുഞ്ഞെന്ന് മനസിൽകണ്ട് കുട്ടിയെ ഓമനിച്ചു. അതുകൊണ്ടെന്തു പറ്റിയെന്നു ചോദിച്ചാൽ പെൺകുട്ടികൾക്കു പറഞ്ഞിട്ടുള്ളതെന്നു സാമാന്യത്തിൽ പറയുന്ന ചുവടും ലാസ്യവും കുഞ്ഞ് അനായാസേന സ്വായത്തമാക്കി. കേശവപിള്ള സാറിന് ഒരൽപ്പം കവിത കൈയിലുണ്ടായിരുന്നു. കുഞ്ഞുകുട്ടിയമ്മയ്ക്കു കുറച്ചു പ്രായോഗികചിന്തയും. ഇതുരണ്ടും പണ്ടേ കൈവശപ്പെടുത്തിയാണ് കുഞ്ഞു വളർന്നത്. ശശിയെന്ന് ഓമനപ്പേരിട്ടു ലാളിച്ച കുഞ്ഞിനെ സ്കൂളിൽ ചേർക്കുമ്പോൾ നെടുമുടിയിലെ എൻ എസ് എസ് യു പി സ്കൂളിന്റെ രജിസ്റ്ററിൽ എഴുതിച്ചേർത്ത പേര് കെ വേണുഗോപാൽ.

നായർ എന്ന വാലുണ്ടായിരുന്നില്ല; അതില്ലാതെ തന്നെ നായരായിരുന്നുവെന്നാണ് കഥാനായകന്റെ വമ്പ്.

പ്രൈമറിയും അപ്പർ പ്രൈമറിയും കഴിഞ്ഞു ചമ്പക്കുളം സെന്റ് മേരീസ് സ്കൂളിൽലെത്തുമ്പോഴേക്കും കുട്ടനാടിന്റെ താളപ്പെരുക്കങ്ങൾ നെടുമുടിക്കാരൻ പയ്യനു വിരൽത്തുമ്പത്തായിരുന്നു. ആടിയും പാടിയും ചൊല്ലിയും ചുവടും നാവും വശത്താക്കിയിട്ടാണ് ആലപ്പുഴ എസ് ഡി കോളേജിലെത്തുന്നത്. നെടുമുടിയിൽനിന്ന് ഏറെ ദൂരമില്ല കാവാലത്തേക്ക് എന്ന് ചാലയിലെ പണിക്കരാണോ കേശവപിള്ള സാറാണോ ആദ്യമറിഞ്ഞതെന്നറിയില്ല. ഏതായാലും നാരായണപ്പണിക്കർക്ക് നാടൻശീലുകളേറ്റുപാടാനും 'തകൃതത്തിന്നം' ചുവടുവയ്ക്കുവാനും രണ്ടാം കൈയായി നെടുമുടിക്കാരൻ കൂടെ ചേർന്നു.

അന്നു നാടകശാലയിൽ ഒപ്പം കോലംകെട്ടാൻ ചങ്ങാതിയൊരാളുണ്ടായി. തമിഴകത്തുനിന്നു കേരളത്തിന്റെ വെനീസിലെ സക്കറിയ റോഡിൽ കുടിയേറിയ റാവുത്തർ വംശാവലിയിൽ നിന്നൊരു ഫാസിൽ! നാടകം കൊഴുത്തു. നല്ലതെന്നു മാലോകർ പറഞ്ഞു.

അന്നത്തിനു പക്ഷേ ചമയക്കോപ്പും ചൊല്ലിയാട്ടവും ഉതകില്ലെന്നു വന്നപ്പോൾ ബാലഭവനിൽ അധ്യാപകലാവണം തേടി നെടുമുടിക്കാരൻ. അതു പക്ഷേ, ഇടത്താവളം മാത്രമായി. അതിനകം കാവാലത്തിന്റെ മേലാപ്പിൽ നാടകപ്പെരുമ വളർന്നു. ആസ്വാദകരും ചങ്ങാതിമാരും ആരാധകരുമായി. നാരായണപ്പണിക്കർ *തനതു* നാടകക്കൊട്ടകയുമായി തലസ്ഥാനനഗരിക്കു തിരിച്ചപ്പോൾ അനുഗമിച്ച വേണു കൂട്ടത്തിൽ ജന്മനാടിന്റെ പേരും കൂടെക്കൊണ്ടുപോയി. കേശവപിള്ള സാറിന്റെയും കുഞ്ഞിക്കുട്ടിയമ്മയുടെയും ശശി എന്ന ഓമനപ്പുത്രൻ കെ വേണുഗോപാൽ *നെടുമുടി വേണുവായതിൽ* തൊട്ടുള്ള ചരിത്രം പാതി കാവാലത്തിന്റെ നിറവിൽ ഗോപി–പ്രഭൃതികളോടൊപ്പം മലയാളത്തിന്റെ തനതു നാടകവേദിയുടേയും ഉത്തരാർധം മലയാള സിനിമയുടേതുംകൂടിയായി.

തിരുവനന്തപുരത്തെത്തിയ നെടുമുടി വേണുവിന് നാടകം വിട്ടൊരു ഉപജീവനം കണ്ടെത്തേണ്ട ബാധ്യത കാവാലവും അരവിന്ദനും പങ്കിട്ടെടുത്തപ്പോൾ വേണു *കലാകൗമുദി*യിൽ ലേഖകനായി. *ദൈവത്താർ, അവ*

നവൻ കടമ്പ...., നാടകപ്പെരുമയുടെ തിളക്കത്തിൽ അരവിന്ദന്റെ *തമ്പിലും* ഭരതന്റെ *ആരവത്തിലും* അഭിനയിച്ചുകൊണ്ടായിരുന്നു ചലച്ചിത്ര പ്രവേശം. ഭരതന്റെ *തകര*, *ചാമരം*, ജോൺ അബ്രഹാമിന്റെ *ചെറിയാച്ചന്റെ ക്രൂരകൃത്യങ്ങൾ* തുടങ്ങിയ ചിത്രങ്ങൾ കഴിഞ്ഞ് മോഹന്റെ *വിടപറയും മുമ്പേ*കൂടി പിന്നിട്ടതോടെ നെടുമുടി താരമായി. വെറും താരമല്ല, സൂപ്പർ താരം....സുകുമാരന്റെ താരോദയത്തിനു ശേഷം മലയാളികൾ കണ്ണും പൂട്ടി മനസിലേറ്റിയ സിനിമാനടൻ വേണുവായി.

കാവാലം നാരായണപ്പണിക്കർ

ചാമരത്തിന്റെ ഷൂട്ടിങ് കോട്ടയത്തായിരുന്നു. ഐഡാ ഹോട്ടലിൽ താമസം. *തകര* കഴിഞ്ഞൊരു ഭരതൻ ചിത്രത്തിൽ വേണു അഭിനയിക്കുകയാണ്. അതിനിടയിൽ ഭരതൻ സംവിധാനം ചെയ്യുന്ന *ലോറിയിൽ* വേണുവിനു വേഷമില്ല. *തകരയിലെ* പങ്കാളിയായ പ്രതാപ്പോത്തനു വേഷമുണ്ട്. (പ്രതാപിന്റെ സഹോദരൻ ഹരിപോത്തനായിരുന്നു *ലോറി* യുടെ നിർമാതാവ്). ഏറെ പ്രതീക്ഷയോടെയാണ് വേണു *ചാമരത്തിന്റെ* സെറ്റിലെത്തുന്നത്. തിരക്കഥ ഒറ്റയിരിപ്പിനു വായിച്ചു. നായകവേഷം പ്രതാപിനാണ്. സഹനടന്റെ വേഷമാണ് വേണുവിന്. ആദ്യ വായനയിൽ വേണുവിനു തോന്നി അതൊരു അപ്രധാന കഥാപാത്രമാണെന്ന്.അതു വലിയ നിരാശയായി. വേണുവും ഞാനും ജോർജ് കിത്തുവും (അന്ന് സഹസംവിധായകൻ)ഒരു മുറിയിലാണ്. ഞങ്ങൾ മാത്രമായുള്ള സ്വകാര്യതയിൽ വേണു തേങ്ങിയതു ഞാനിപ്പോഴുമോർക്കുന്നു. അന്നുഞാൻ വേണുവിനോടു പറഞ്ഞു,

അരവിന്ദൻ

"ഒന്നുകൂടി വേണു, ആ വേഷം ശ്രദ്ധിച്ചു വായിച്ചു നോക്കൂ....പ്രത്യക്ഷം വിട്ട് അരികുകളിൽ ശ്രദ്ധിച്ചാൽ സൂക്ഷ്മാംശങ്ങൾക്കുള്ള പഴുതുകൾ അതിലൊരുപാടു കാണാം. വേണുവിനെപ്പോലൊരു നടന് അത് ധാരാളമാണ് പിടിച്ചുകയറാൻ....വിശ്വസിക്കാമെങ്കിൽ വിശ്വസിച്ചോളൂ.... വേണു മനസിരുത്തിയാൽ അതിനുള്ള പ്രതിഫലം ആ കഥാപാത്രത്തിൽ നിന്നു കിട്ടും".

കിത്തു കൂടെച്ചേർന്നു.

"ക്യാമറക്കു പുറകിൽ ഭരതനാണ്.വേണുവിന്റെ മുഖത്തു വരുന്നതൊന്നും 'മിസ്സ്' ആവാതെ സിനിമയിലുമുണ്ടാവും...."

പൂർണ ബോധ്യമില്ലാതെയാണ് വേണു കിടന്നുറങ്ങിയത്.

ചാമരം റിലീസായപ്പോൾ പറഞ്ഞതു പ്രവചനം പോലെ സത്യമായി.ഫാദർ നെടുമുടി അക്കാലത്തെ പ്രധാന ചർച്ചാവിഷയമായി. വേണുവിന് അക്കൊല്ലത്തെ മികച്ച സഹനടനുള്ള അവാർഡ് ആ ചിത്രത്തിലെ

അഭിനയത്തിന് ലഭിച്ചു. അതായിരുന്നു വേണുവിന് ലഭിക്കുന്ന ആദ്യത്തെ അവാർഡും.

II

*ചാമര*രാവുകളിലൊന്നു പുലർന്നപ്പോൾ തിങ്കളാഴ്ചയായിരുന്നു. ലീവ് കഴിഞ്ഞതുകൊണ്ട് ബാങ്കിലെത്തണം എനിക്ക്. ഞാനന്നു ക്യാഷ്യറാണ്. ബസ്സ്റ്റാന്റുവരെ വേണു കൂട്ടുവന്നു. ചെല്ലുമ്പോൾ പെരുന്നാളിനുള്ള ആൾബഹളം. തിക്കിത്തിരക്കി നൂണ്ട് വേണു മുമ്പിലെത്തി; കണ്ടക്ടറുടെ കാതിൽ എന്തോ മന്ത്രിച്ചു. സംശയത്തോടെ കണ്ടക്ടർ ഒന്നു വേണുവിനെ നോക്കി. പിന്നെ പരിചയഭാവത്തിൽ തലയാട്ടിക്കൊണ്ടു ചിരിച്ചു. ഫലം:എനിക്കിരിക്കാൻ സീറ്റു കിട്ടി.

വേണു ചെന്നു കണ്ടക്ടറോടു ചോദിച്ചുവത്രേ:

"ദാ ഒന്നിവിടെ നോക്കുക....തകര സിനിമ കണ്ടോ മാഷ്?"

"ങ്ഹേ"

"തകര...തകര സിനിമ"

"ഉവ്വ്"

"അതിൽ ചെല്ലപ്പനാശാരിയെ ഓർക്കുന്നില്ലേ?"

"ഉവ്വ്"

"ഞാനാണത്. നെടുമുടി വേണു. ചെല്ലപ്പനാശാരി!"

ആശാരിച്ചിരിയോടെ മുന്നിൽ നിൽക്കുന്നത് ചെല്ലപ്പനാശാരിതന്നെ എന്നു കണ്ടക്ടർക്കു ബോധ്യമായ ഉടനെയാണ് എനിക്ക് എറണാകുളത്ത് എത്തേണ്ട അത്യാവശ്യം വിശദീകരിച്ചുകൊണ്ട് ഒരു സീറ്റ് തരപ്പെടുത്തിക്കൊടുക്കണമെന്ന നിവേദനം. കണ്ടക്ടർ അനുസരിക്കാതിരിക്കുമോ!

III

*ചാമര*ത്തിന്റെ കുറച്ചിട ഷൂട്ടിങ് (സിനിമാ ഭാഷയിൽ പാച്ച്‌വർക്ക്) മദിരാശിയിൽ നടന്നു. മെയിൻ ഷെഡ്യൂൾ കഴിഞ്ഞു കുറച്ചു ദിവസങ്ങളായി. അതിനിടയിൽ വേണു മറ്റൊരു ചിത്രത്തിൽ അഭിനയിച്ചിരുന്നു. അതിനുവേണ്ടി വളർത്തിയ താടിയുമായാണു വരവ്. മുറുക്ക് പണ്ടേ ബലഹീനതയാണ്. കയ്യിലെ സ്റ്റോക്ക് കഷ്ടി. ബെല്ലടിച്ചു റൂം ബോയിയെ വിളിച്ചു മുറുക്കാൻ വാങ്ങാനേൽപ്പിച്ചു. അയാൾ വരുന്നതിനിടയിൽ താടി വടിച്ചു, *ചാമര*ത്തിലെ ഫാദർ നെടുമുടിയുടെ രൂപത്തിലായി. റൂം ബോയ് മുറുക്കാൻ വാങ്ങി വരുമ്പോൾ പണം തന്നയച്ച ആളിനു പകരം ക്ലീൻ ഷേവുമായി മറ്റൊരാൾ. നൂറു രൂപാ നോട്ടാണ് കൊടുത്തയച്ചിരുന്നത്. ബാക്കി പണവും മുറുക്കാനും കാഴ്ചയിൽ വേറൊരാൾ എന്നു തോന്നിച്ച വേണുവിനു കൈമാറാൻ അയാൾ വിസമ്മതിച്ചു. വേണു പലകുറി പലവിധം പറഞ്ഞിട്ടും അയാൾക്കു രണ്ടും ഒരാളെന്നു വിശ്വാസമായില്ല. ഒടു

വിൽ അടുത്ത മുറിയിൽ താമസിക്കുന്ന എന്നെ വരുത്തി ഞാൻ പറഞ്ഞു ബോധ്യപ്പെടുത്തിയ ശേഷം മാത്രമാണയാൾ അതു നൽകുവാൻ തയാറായത്. ആ ബോയ് *ബച്ചയ്യ* പിന്നീട് മദിരാശി ന്യൂ വുഡ്‌ലാൻഡ് ഹോട്ടലിൽ വേണുവിന്റെ സ്വന്തം ആളായി!

IV

പഴയൊരു കഥ വേണുവിന്റെ സഹപാഠിയായ ഉവെയ്സ് റഹ്മാൻ പറഞ്ഞതോർമയുണ്ട്.

ക്ലാസ് കട്ട്ചെയ്തു സിനിമയ്ക്കു പോകുവാനൊരുങ്ങി ചങ്ങാതി കാത്തു നിൽക്കുന്നിടത്തേക്ക് ധൃതിയിൽ നടന്നുവരികയാണു വേണു. അപ്പോഴുണ്ട് കോളേജിലെ അധ്യാപകരിലൊരാൾ (അയാൾ കേശവപിള്ള സാറിന്റെ പരിചയക്കാരനുമാണ്!) ചങ്ങാതിയെ കണ്ടുനിന്നു കുശലം പറയുന്നു. അക്ഷണം തോന്നി മനോധർമം. രണ്ടുകാലിൽ മര്യാദയ്ക്ക് നടന്നുവന്ന വേണുവിന് ഒരു കൈക്കും ഒരുകാലിനും നീളം കുറഞ്ഞു. ചട്ടുകാലിൽ പിരിഞ്ഞ കൈ വശത്തേക്ക് ഏന്തി ഒരൽപ്പം ഇടഞ്ഞ പിടലിയോടെ നടന്നുവരുന്ന ആൾക്ക് ഒരൽപ്പം കോങ്കണ്ണും. കണ്ടാൽ കുഞ്ഞുകുട്ടിയമ്മ തിരിച്ചറിയില്ല. പിന്നെവേണ്ടേ പരിചയക്കാരൻ മാഷ്....! അവരെ കടന്നു നടന്നുപോകുന്നതിനിടയിൽ മുഖം കൊടുക്കാതൊരു ചോദ്യവും.

'മണി എത്ര്യായോ എന്തോ?'

കൃത്യം മറുപടി പറയാൻ മാഷും!

അത്രയും നന്നായി വേണു ഒരു സിനിമയിലും അഭിനയിച്ചിട്ടില്ലെന്നാണ് ഉവെയ്സിന്റെ പക്ഷം.

V

തൃശൂരിൽ മോഹനന്റെ *ഇളക്കങ്ങൾ* ഷൂട്ടിങ് നടക്കുന്നു. രാഗം തിയറ്ററിനടുത്തുള്ള എലൈറ്റ് ഹോട്ടലിലാണു താമസം. ഷൂട്ടിങ് കഴിഞ്ഞു സദസ്യരും സദസുമില്ലാത്ത രാവുകളിൽ ഞങ്ങളൊന്നിച്ചു തേക്കിൻകാട് മൈതാനത്തേക്കു കള്ളിമുണ്ടും ഷർട്ടും തലയിൽകെട്ടുമായി ഒരു യാത്ര പതിവുണ്ട്. തേക്കിൻകാട് മൈതാനത്തു പോയി ആകാശം നോക്കി മലർന്നുകിടന്നു കഥകൾ പറയും. സ്വപ്നങ്ങൾ കൈമാറും. മടങ്ങും വഴി ഓരത്തെ ചായക്കടയിലെ ആടുന്ന ബഞ്ചിലിരുന്ന് ഓരോ കട്ടനടിക്കും. അന്ന് കട്ടൻ ഊതിയാറ്റിക്കുടിക്കുമ്പോൾ തൊട്ടടുത്തിരുന്ന ആൾക്കൊരു സംശയം.

"നെടുമുടി വേണുവല്ലേ?"

പെട്ടെന്നു വേണുവിന്റെ മുഖമൊന്നു കോടി. നിമിഷനേരം കൊണ്ട് വേറൊരാളായി പകർന്നാട്ടം. ഒരു വൃത്തികെട്ട ചിരി. അതിന്റെ തുടർച്ചയിൽ തുപ്പലൊലിപ്പിച്ചു വാറ്റിക്കൊണ്ടൊരു സംസാരം.

"കെട്ടോ മാഷ് കേട്ടോ ഇങ്ങേരേം കൂട്ടി ഇതിപ്പോൾ മുപ്പത്തിയൊന്നാമത്തെ ആളാണ് എന്നോട് ചോദിക്കുന്നേ.... നെടുമുടി വേണുവാണോ, നെടുമുടി വേണുവാണോന്ന്! ശ്ശെടപാടേ.... എന്നെക്കണ്ടാൽ ശരിക്കും

അങ്ങനെ തോന്നുവോ മാഷേ....അയ്യാള് എന്റെ കൂട്ടാണോ ഇരിക്കുന്നേ.... ങേഹ്?"

ചോദ്യകർത്താവിനു ചോദിച്ചത് അബദ്ധമായെന്നു തോന്നിക്കാണണം.

VI

രാത്രി നടത്ത കഴിഞ്ഞു മടങ്ങുമ്പോൾ രാഗം തിയ്യേറ്ററിൽ സെക്കന്റ് ഷോ കഴിഞ്ഞിരിക്കുന്നു. ആളുകൾ ഇറങ്ങുന്ന തിരക്കിനിടയിലൂടെ വേണം ഞങ്ങൾക്ക് എലൈറ്റ് ഹോട്ടലിൽ എത്തുവാൻ. കൂട്ടത്തിൽ ചിലർ കഥാനായകനെ തിരിച്ചറിഞ്ഞു. ബസ്സ്റ്റാന്റിലെ, അതും തൃശൂർ സ്റ്റാന്റിലെ പണിക്കാരാണ്. അവരുടെ സ്നേഹത്തിന് ഔപചാരികതകളില്ല. സംസാരത്തിനും.

'നെടുമുട്യല്ലേ്യദ്?'

അല്ലെന്നു പറയാനിട കൊടുത്തില്ല ആരാധകർ.

'നമസ്കാരംണ്ടുട്ട്വോ....'

'നമസ്കാരം'

താരം വിനയാന്വിതനായി.

'കണ്ടതു നന്നായി ഒരു കാര്യം പറയ്യാനുണ്ടേ'

വേണു ശ്രദ്ധിച്ചു.

'വേണ്വേട്ടനെ ഞങ്ങൾക്കിഷ്ടാണ്'.

വേണുവിന് സന്തോഷം.

'നിങ്ങളാ ഇപ്പം ഞങ്ങടെ ആള്'

വേണുവിന് കൂടുതൽ സന്തോഷം.

'മുൻപു സുകുമാരനായിരുന്നു. അവൻ കണകുണാ കാണിച്ചിപ്പം തല്ലിപ്പൊളിയായി. അതുപോലെങ്ങാനും കണാകുണാന്ന്വായാൽ ങ്ഹാ....? മുഖത്ത് ആസിഡ് ബൾബ് പൂശും ഞങ്ങള്. പറഞ്ഞില്ലാന്നു വേണ്ടാ.... വേണ്വേട്ടൻ പോ....'

ലിഫ്റ്റിൽ മുറിയിലേക്കു പോകുമ്പോൾ വേണു ആത്മഗതം പോലെ പറഞ്ഞു.

'എന്താ അവരുടെയൊരു സ്നേഹം!'

VII

ഒരിക്കൽ കൊച്ചിയിൽ നിന്ന് മദിരാശിക്കുള്ള യാത്രയിൽ എയർപോർട്ടിലെത്തുമ്പോൾ വേണുവുമുണ്ട്. ഒരു കമ്പനിയായല്ലോ എന്നു സന്തോഷിച്ചു. എവിടെയോ ഷൂട്ടിങ്ങിൽ പങ്കെടുത്ത് അതു കഴിഞ്ഞതിന്റെ ആഘോഷവും കഴിഞ്ഞാണ് ചങ്ങാതിയുടെ വരവ്.

'കസ്തൂരി മണക്കുന്നല്ലോ.... കാറ്റേ നീ വരുമ്പോൾ?'

ഞാൻ മൂളി. ചതിയിൽ വഞ്ചനയില്ലാത്ത വേണു തലകുലുക്കി ചിരിച്ചു. മധുര വഴിയാണ് അന്ന് ഫ്ളൈറ്റ്. സീറ്റിലിരുന്നതും എന്റെ തോളിൽ തലവച്ചു ചങ്ങാതി ഉറക്കമായി.

'നല്ല കമ്പനി' ഞാൻ മനസിൽ കരുതി. മധുരയെത്തി. വേണു ഉണർന്നു. ടോയ്‌ലറ്റിൽ പോയി മുഖം കഴുകി വന്നു. കെട്ട് അപ്പോഴും പൂർണമായും വിട്ടിട്ടില്ല. മുഖത്ത് ചടവ് ബാക്കി.

മധുരയിൽ നിന്നു മദിരാശിക്കുള്ള യാത്രക്കാർ കയറാൻ തുടങ്ങി. മൂന്നാംനിരയിലെ ഞങ്ങളുടെ സീറ്റിലിരുന്ന് ഞങ്ങൾ അകത്തേക്ക് വരുന്നവരെ അലസമായി നോക്കുകയായിരുന്നു. ഡോർ കടന്നു പൊക്കംകുറഞ്ഞു, പക്ഷേ, തേജസ്വിയായ ഒരാൾ. പുറത്തേക്ക് നോക്കി കൈവീശിയ ശേഷം എല്ലാവരെയും നോക്കി പ്രകാശമധുരമായി ചിരിച്ചുകൊണ്ട് അദ്ദേഹം ഒന്നാംനിരയിലെ സീറ്റിൽ വന്നിരുന്നു. കൂടെ ഭാര്യ. പിന്നെ രണ്ടുമൂന്നു പേരുള്ള ഒരു പരിവാരസംഘം. കണ്ടു നല്ല പരിചയം. പെട്ടെന്നെനിക്കാളെ ആദ്യം മനസിലായില്ല. എന്റെ കൈത്തണ്ടയിൽ ബലമായി അള്ളിപ്പിടിച്ചുകൊണ്ട് പാതി കിതപ്പോടെ വേണു മന്ത്രിച്ചു:

'ശിവജി ഗണേശൻ....ശിവജി ഗണേശൻ!'

നോക്കുമ്പോൾ ശരിയാണ്. ശിവാജി ഗണേശൻ തന്നെ. നേർരൂപം പരിചയമില്ലാത്തതുകൊണ്ട് തിരിച്ചറിയാഞ്ഞതാണ്.

വേണുവിനെ ശ്രദ്ധിക്കുമ്പോൾ ആളാകെ ഉദ്വേഗഭരിതനായി ഇമയെടുക്കാതെ ഇഷ്ടനടനെ നോക്കിയിരിപ്പാണ്.

വിമാനം റൺവേയിൽ നിന്നുയർന്നു. സീറ്റ് ബൽറ്റ് വേണമെങ്കിൽ അയയ്ക്കാമെന്ന് സിഗ്നൽ വീണതും വേണു എഴുന്നേറ്റു.

'എനിക്കൊന്നു പരിചയപ്പെടണം'

ഞാൻ നിരുത്സാഹപ്പെടുത്തി.

'വേണ്ട. പത്രാസു കാണിച്ചാൽ കുറച്ചിലാകും.'

'ഇത്ര അടുത്തു കിട്ടിയിട്ട് പരിചയപ്പെടാതെങ്ങിനെയാ.... അങ്ങനൊന്നുമുണ്ടാവില്ല. എനിക്കേറ്റവും ഇഷ്ടപ്പെട്ട നടന്മാരിലൊരാളാണ്. കുറച്ചിലായാലും വേണ്ടില്ല. പരിചയപ്പെട്ടിട്ടു ബാക്കി കാര്യം.'

തടയാനാകുംമുമ്പേ വേണു മുൻപോട്ടു നീങ്ങി. ഒന്നാം നിരയ്ക്കരികിലെത്തി നടികർതിലകത്തെ ഭവ്യതയോടെ തൊഴുതു.

പുരികക്കോണിന്റെ ചലനംകൊണ്ടൊരു ചോദ്യഭാവം മാത്രം പ്രതികരണം.

'നമസ്കാരം. ഒന്നു പരിചയപ്പെടാൻ വന്നതാണ്. ഞാൻ അങ്ങയുടെ ഒരു ഫാനാണ്'.

നിർവികാരം പ്രതിഭാവം.

വേണു സ്വയം പരിചയപ്പെടുത്തി.

'ഞാൻ മലയാളത്തിൽ നാടകത്തിലും ഇപ്പോൾ സിനിമയിലും കുറച്ചൊക്കെ അഭിനയിക്കും. പേര് നെടുമുടിവേണു.

നിഷേധാർഥത്തിൽ നടികർതിലകം തലയാട്ടി. വേണുവിന്റെ നേർക്കൊന്നു നോക്കുകപോലും ചെയ്യാതെ പറഞ്ഞു.

'നീ നെടുമുടി വേണു കിടയാത്. നീ കൊടുമുടി വേണു. നാൻ ഉന്നോടെ ഫാൻ.... പോ.... പോയി സീറ്റിലെ ഉക്കാര്!'

ഒരു നിമിഷം ഒന്നുതരിച്ചു സ്തംഭിച്ചു നിന്നശേഷം ആവിയായി മടങ്ങിവന്ന വേണു അന്നെന്റെ ചുമലിൽ മുഖമമർത്തി നിശ്ശബ്ദം തേങ്ങി. സന്തോഷം സഹിക്കവയ്യാതെ.

ശിവാജി ഗണേശൻ മുഖ്യാതിഥിയായ ഒരു വേദിയിൽ മുൻപ് വേണു മൃദംഗം വായിച്ചത് അദ്ദേഹം ശ്രദ്ധിച്ചിരുന്നു. വേണു അതോർത്തില്ലെങ്കിലും അദ്ദേഹം അത് കൃത്യമായോർത്തു.

VIII

വർഷങ്ങൾക്കു ശേഷം മദിരാശിയിലെ ബോഗ് റോഡിലെ ശിവജിയുടെ കൊട്ടാരസദൃശമായ ബംഗ്ലാവിൽ അദ്ദേഹത്തിന്റെ സ്വകാര്യ ബാറിൽ ഞങ്ങൾ കുറച്ചുപേർക്ക് ശിവാജി ഗണേശൻ ഒരു വിരുന്നു സൽകി. വേണു, മോഹൻലാൽ, പ്രതാപ് പോത്തൻ, പ്രിയദർശൻ, ഷാജി കൈലാസ്, നിർമാതാവ് വി ബി കെ മേനോൻ, ഞാൻ. അദ്ദേഹത്തിന്റെ മക്കളായ പ്രഭുവും രാംകുമാറും ആതിഥേയരായി ഒപ്പമുണ്ട്.

ബന്ധുക്കളിൽ പലരും വരുന്നു. വേണുവിനെ ശ്രദ്ധിച്ചു നോക്കുന്നു. പരസ്പരം മന്ത്രിക്കുന്നു. പിൻവാങ്ങുന്നു.

മോഹൻലാൽ കുടുംബസുഹൃത്താണ്. ഭാര്യാപിതാവായ കെ ബാലാജി ശിവജി ഗണേശന്റെ ആത്മസുഹൃത്തും പ്രിയപ്പെട്ട നിർമാതാവുമാണ്. ലാലിനെ ശിവാജി ഗണേശൻ വിളിക്കുന്നതു തന്നെ *'മാപ്പിളേ'* (മരുമകൻ എന്ന അർഥത്തിൽ) എന്നാണ്.

ശിവജി, മോഹൻലാൽ, ഷാജി കൈലാസ്, ജോൺ പോൾ, പ്രഭു, നെടുമുടിവേണു, പ്രിയദർശൻ, രാംകുമാർ

ലാലിന്റെ സഹധർമ്മിണി സുചിത്ര അദ്ദേഹത്തിന് മകളെപ്പോലെയാണ്. ലാൽ അങ്ങിനെ അവിടെ പതിവ് സന്ദർശകനായതുകൊണ്ടാകും ലാലിനെ വിട്ട് വേണുവിന് ബന്ധുസദസിൽ ഇത്രയേറെ ആരാധകരുടെ പോളിങ് എന്ന് എല്ലാവരും കരുതി.

'ഇപ്പോൾ ഇങ്കെ തങ്ഗിയിരുക്കുവർക്കുള്ളെ ഒരു ബാലറ്റ് പോട്ടാൽ യാരു മുതൽലെ വരും തെരിയുമാ ജോൺ പോൾ?'

നടികർ തിലകത്തിന്റെ ചോദ്യം എന്നോടാണ്. മറുപടിയും അദ്ദേഹം തന്നെ പറഞ്ഞു.

'കൺടിപ്പാ വേണുസാർ താൻ വരും.... അതുക്കപ്പുറം നാനും മാപ്പിളയും സമാസമം വരലാം....'

'അപ്പോൾ പ്രഭുവോ?'

'അവനുക്കു കെട്ടിവയ്ക്കറ ഡെപ്പോസിറ്റുകൂടി കിടയ്ക്കാത്!'

കൂട്ടച്ചിരിക്കിടയിലും ആ വലിയ നടൻ തന്നേക്കാൾ ഉയർന്ന സ്ഥാനം ആദരപൂർവം നൽകിയത് വേണുവിനാണ്!

IX

വേണുവിന്റെ വ്യത്യസ്തമായ അഭിനയം ഏതെങ്കിലും ചിത്രത്തിലുണ്ടെന്നു കേട്ടാൽ ആ ചിത്രം തേടിപ്പിടിച്ചു കാണുന്ന ഒരു നടൻ വേറെയുമുണ്ട്.

കമൽഹാസൻ

നെടുമുടിവേണു

"I am a great fan of his....അവരോടെ നടിപ്പു ഒരു text book മാതിരി.... versatile to the core...!"

കലവറയില്ലാത്ത വേണുവിന്റെ മേൽ ഈ പ്രശംസ ചൊരിയുന്ന നടനു പേര് കമലഹാസൻ!

5

നമ്മുടെ തൊട്ടടുത്തുള്ള ഒരാൾ
മധു @ 75

മധുവിന് എഴുപത്തിയഞ്ചു വയസു തികയുന്നു എന്നെന്നോടു പറഞ്ഞത് പി ചന്ദ്രകുമാറാണ്. ചന്ദ്രനത് ഓർമിച്ചില്ലെങ്കിലേയുള്ളു അത്ഭുതം. മധു പറഞ്ഞിട്ടുള്ളത് ചന്ദ്രൻ തനിക്കു വളർത്തു മകനെപ്പോലെയാണെന്നാണല്ലോ. മകൾ ഉമയുടെ പേരു ചേർത്തുള്ള ബാനറിൽ മധു തുടർച്ചയായി ചിത്രങ്ങൾ നിർമിക്കുമ്പോൾ ആദ്യകാല ചിത്രങ്ങളുടെയെല്ലാം സംവിധായകൻ ചന്ദ്രകുമാറായിരുന്നു. അല്ലാതെയും ചന്ദ്രകുമാർ സംവിധാനം ചെയ്ത ചിത്രങ്ങളിൽ ഏറെയും നായകൻ അദ്ദേഹമായിരുന്നു. ഒരുപക്ഷേ മധുവിനെ നായകനാക്കി ഏറ്റവുമധികം ചിത്രങ്ങൾ സംവിധാനം ചെയ്തിട്ടുള്ള സംവിധായകൻ ചന്ദ്രനായിരിക്കണം. ചന്ദ്രകുമാറിലെ സംവിധായകനെ ഏറ്റവും കൂടുതൽ സ്വാധീനിച്ചിട്ടുള്ള നടനും നിർമാതാവും മധു തന്നെ. ഏതാൾക്കൂട്ടത്തിൽ നിന്നാലും സുന്ദരനും സൗമ്യനുമായ, നമ്മുടെ തൊട്ടടുത്തുള്ള ഒരാൾ എന്ന പ്രതീതിയു

ശോഭനാ പരമേശ്വരൻ നായർ

സത്യൻ

പ്രേംനസീർ

രാമു കാര്യാട്ട്

ണർത്തിക്കൊണ്ടായിരുന്നുവല്ലോ മധുവിന്റെ ചലച്ചിത്രസാന്നിധ്യത്തിന്റെ തുടക്കം. ആദ്യം വന്ന ചിത്രം *മൂടുപടമാ*യിരുന്നു. (താറാവുകാരനായി വളരെ കുറച്ചിടമാത്രം പ്രത്യക്ഷപ്പെടുന്ന ഒരു കഥാപാത്രം)*നിണമണിഞ്ഞ കാൽപ്പാടുകളി*ലെ പട്ടാളക്കാരനാണ് ശ്രദ്ധിക്കപ്പെടുന്ന ആദ്യവേഷം. ആദ്യം ക്യാമറയെ നേരിടുന്നതും ഈ ചിത്രത്തിലാണ്. പി എൻ മേനോൻ മലയാളത്തിൽ ആദ്യമായി കലാസംവിധായകനാകുന്നത് ഈ ചിത്രത്തി ലാണ്. പി എൻ മേനോൻ മലയാളത്തിൽ ആദ്യമായി കലാസംവിധായ കനാകുന്നത് ഈ ചിത്രത്തിലാണ്.

എൻ എൻ പിഷാരടി സംവിധാനം ചെയ്തു ശോഭനാപരമേശ്വ രൻനായർ നിർമിച്ച ചിത്രത്തിൽ അഭിനയിക്കുവാനെത്തിയ മാധ വൻനായരെ, ഗിണ്ടിയിലെ ഫിസിക്കൽ എഡ്യൂക്കേഷൻ കോളേജിലെ എൻ സി സി കേഡറ്റുകൾക്കൊപ്പം അവരിലൊരാളുടെ യൂണിഫോറം അണിയിച്ച് പട്ടാളവേഷത്തിൽ ടെന്റുകൾക്കും ബാരക്കുകൾക്കുമിടയിൽ കഥാപാത്രമായി രൂപപ്പെടുത്തിയെടുത്ത കഥ നിർമാതാവായ പരമുവ ണ്ണൻ പറഞ്ഞുകേട്ടിട്ടുണ്ട്.

ആദ്യം ഈ വേഷത്തിനാലോചിച്ചിരുന്നത് സത്യനെയാണ്. *നീല ക്കുയിലി*ന്റെ കാലം തൊട്ടേയുള്ള ആത്മബന്ധമാണ് പരമുവണ്ണൻ സത്യ നുമായിട്ട്. *നീലക്കുയി*ലിന്റെ ഔട്ട്ഡോർ ഷൂട്ടിങ്ങിനു വന്നപ്പോൾ പരമുവ ണ്ണന്റെ വീട്ടിലാണത്രേ സത്യൻ താമസിച്ചിരുന്നതു പോലും. എന്നിട്ടും സത്യൻ പരമുവണ്ണൻ ആദ്യമായി നിർമിച്ച ചിത്രത്തിൽ അഭിനയിക്കില്ലെന്നു ശഠി ച്ചു. അതൊരു വിചിത്ര പ്രകൃതത്തിന്റെ അതിലും വിചിത്രമായ കഥ!

ചിറയിൻകീഴുകാരനായ പരമുവണ്ണന്റെയൊപ്പം സ്കൂളിൽ ഒരേ ബഞ്ചിലിരുന്നു പഠിച്ച സഹപാഠിയായിരുന്നു അന്ന് അബ്ദുൾഖാദറായി രുന്ന പ്രേംനസീർ. സ്കൂൾ കോമ്പൗണ്ടിലെ ചാമ്പയ്ക്കാമരത്തിന്റെ സമീ പത്തുള്ള കിണറ്റിൻകരയിലിരുന്നു രണ്ടാളും ആ പ്രായത്തിലേ സിനിമാ സ്വപ്നം കാണുമ്പോൾ കൂട്ടിന് ആ സ്വപ്നം പങ്കിടുവാൻ മൂന്നാമതൊ രാൾകൂടിയുണ്ടായിരുന്നു. കൃഷ്ണൻ....വി പി കൃഷ്ണൻ.

സ്കൂൾപഠനം കഴിഞ്ഞ് പിരിയുമ്പോൾ താനാവും ആദ്യം സിനിമ യിലെത്തുക എന്നു മത്സരബുദ്ധിയോടെ പറഞ്ഞാണ് മൂവരും പിരിഞ്ഞത്. മൂന്നുപേരും മൂന്നുവഴിക്കു സിനിമയിലെത്തിപ്പെടുകയും ചെയ്തു.

നസീറിനെയാണു ഭാഗ്യം ആദ്യം കടാക്ഷിച്ചത്. നിശ്ചലഛായാഗ്രഹകനായിട്ടായിരുന്നുവല്ലോ പരമുവണ്ണന്റെ ചലച്ചിത്രപ്രവേശം. അപ്പോഴേക്കും നസീർ നായകതാരമായി കഴിഞ്ഞിരുന്നു. വി പി കൃഷ്ണൻ തെരഞ്ഞെടുത്തത് ചിത്രസന്നിവേശമേഖലയാണ്. മലയാളത്തിലെ പ്രമുഖനായ ചിത്രസംയോജകനായി മാറി പിന്നീടു വി പി കൃഷ്ണൻ.

ഒരു ചിത്രം നിർമിക്കുന്നതിനെക്കുറിച്ചാലോചിച്ചപ്പോൾ താനാദ്യം ചിന്തിച്ചത് ഒരു കഥയെക്കുറിച്ചായിരുന്നു എന്നു പരമുവണ്ണൻ പറഞ്ഞിട്ടുണ്ട്. പാറപ്പുറത്തിന്റെ പ്രശസ്ത നോവലായിരുന്നു *നിണമണിഞ്ഞ കാൽപ്പാടുകൾ.* അതിലെ മുഖ്യകഥാപാത്രത്തിനു തന്നെ പരിഗണിക്കാതെ പ്രേംനസീറിനെ നിശ്ചയിച്ചതിൽ സത്യനു_പരമുവണ്ണനോട് നീരസമുണ്ടായി.

നീരസമെന്നല്ല പരിഭവമെന്നേ പറയാവൂ. പക്ഷെ സത്യന്റെ പരിഭവം, നീരസമാണ്. വൈരാഗ്യപൂർണമായ ശാഠ്യമാണ്. ഇല്ലെന്നു പറഞ്ഞാൽ ഇല്ലെന്നാണർഥം. പട്ടാളത്തിലെയും പൊലീസിലെയും യൂണിഫാറം അഴിച്ചുവച്ചെങ്കിലും പ്രകൃതത്തിലെ കർക്കശഭാവം അവസാനം വരെ വിട്ടൊഴിഞ്ഞിരുന്നില്ലല്ലോ.

പരമുവണ്ണൻ പക്ഷേ അതത്രകാര്യമാക്കിയില്ല. ഇത്രയേറെ അടുപ്പമുള്ള സത്യൻ തന്റെ ചിത്രത്തിൽ അഭിനയിക്കാതിരിക്കുകയോ? ഇല്ലെന്നു പറയുന്നത് അപ്പോഴത്തെ ഒരു വാശി. സത്യൻ വരും. സഹകരിക്കും. പരമുവണ്ണൻ പ്രത്യാശിച്ചു.

ഷൂട്ടിങ് തുടങ്ങി പൂജയ്ക്കു സത്യൻ വന്നു (അതിഥിയായി). സത്യൻ അവതരിപ്പിക്കേണ്ടിയിരുന്ന (എന്നു പരമുവണ്ണൻ പ്രതീക്ഷിച്ച) കഥാപാത്രം ഇടയ്ക്കു മരണപ്പെടുകയാണ്. നസീറിന്റെ കഥാപാത്രം മരിച്ചുപോയ തന്റെ ചങ്ങാതിയുടെ വീടുതേടി വരുന്ന രംഗമാണ് ആദ്യം ചിത്രീകരിച്ചത്. ഭിത്തിയിൽ പട്ടാളവേഷത്തിലുള്ള സത്യന്റെ ഒരു ചിത്രം തൂക്കിയിരുന്നു. പൂജയ്ക്കു വന്ന സത്യൻ പരമുവണ്ണനോടും സംവിധായകൻ പിഷാരടിയോടും പറഞ്ഞു.

“ഞാൻ അഭിനയിക്കുന്നില്ല ഈ ചിത്രത്തിൽ. അഭിനയിക്കും എന്ന പ്രതീക്ഷയിൽ ആ ചിത്രം അവിടെ തൂക്കേണ്ട. അതെടുത്തു മാറ്റൂ. അല്ലെ

പി ഭാസ്ക്കരൻ

പി എൻ മേനോൻ

ഷീല

ങ്കിൽ പിന്നീട് ഈ സീൻ രണ്ടാമതും ഷൂട്ട് ചെയ്യേണ്ടിവരും."

അപ്പോഴാണ് സത്യൻ പറഞ്ഞത് ഗൗരവമായിട്ടായിരുന്നുവെന്നും ഈ ചിത്രത്തിൽ സത്യനെ പ്രതീക്ഷിക്കേണ്ടതില്ലെന്നും, പരമുവണ്ണനു ബോധ്യമാകുന്നത്. പകരം ആരെന്നു ചിന്തിച്ചപ്പോൾ രാമുകാര്യാട്ടാണു ദൽഹിയിൽ വച്ചു പരിചയപ്പെട്ട, സ്കൂൾ ഓഫ് ഡ്രാമയിലെ വിദ്യാർഥിയായിരുന്ന മാധവൻനായരെ നിർദേശിച്ചത്. തിരുവനന്തപുരം മേയറായിരുന്ന ആർ പരമേശ്വരൻപിള്ളയുടേയും കമലമ്മയുടെയും മകനായ മാധവൻനായരെ അതനുസരിച്ച് ഉൾപ്പെടുത്തുകയായിരുന്നു.

നിണമണിഞ്ഞ കാൽപ്പാടുകൾ മലയാള സിനിമയിൽ പിന്നീട് തനതായ സ്ഥാനമുറപ്പിച്ച മറ്റൊരാളുടെ അരങ്ങേറ്റത്തിനുകൂടി വേദിയായി. ചിത്രത്തിൽ ഉപനായികയായി, തമിഴിൽ നാടകങ്ങളിലും അപൂർവം ചില സിനിമകളിലുമൊക്കെ അഭിനയിച്ചിട്ടുമുള്ള താരതമ്യേന പുതുമുഖമായ ഒരു നടിയെയാണ് പരമുവണ്ണൻ തീരുമാനിച്ചിരുന്നത്.

സെറ്റിലെത്തി കൂടെയഭിനയിക്കുന്ന പുതിയ നടിയെക്കണ്ടു പ്രേംനസീർ ആദ്യം ക്ഷോഭിച്ച കഥ പരമുവണ്ണൻ പറയാറുണ്ട്. ഒടുവിൽ അദ്ദേഹത്തിന്റെ സമ്മർദത്തിനു വഴങ്ങി സമ്മതിക്കുകയായിരുന്നുവത്രെ നസീർ!

ആ നടിയെ ഈ വേഷത്തിനു പരിഗണിക്കാനിടയായ കഥയും പരമുവണ്ണൻ പറയാറുണ്ട്.

ഒരു പൊതുസുഹൃത്തിന്റെ നിർബന്ധപൂർണമായ ശുപാർശയുടെ പേരിൽ പാതി മനസോടെ പി ഭാസ്കരൻ പരമുവണ്ണനോട് ആ കുട്ടിയുടെ കുറച്ച് സ്റ്റിൽസ് എടുക്കുവാൻ നിർദേശിച്ചു. അദ്ദേഹം അനുസരിച്ചു. പ്രത്യേകിച്ച് ഉത്സാഹമൊന്നും തോന്നാതെ ഫോട്ടോകളുടെ നെഗറ്റീവ് ഡെവലപ്പ്ചെയ്തു പ്രിന്റുകളെടുത്തു ട്രേയിലിട്ടു. പിറ്റേന്നു രാവിലെ വന്നു നോക്കുമ്പോൾ ട്രേയിലെ വെള്ളത്തിൽ തെളിഞ്ഞുകണ്ട ആ മുഖത്തെ കാന്തശക്തിയുള്ള കണ്ണുകളിലെ പ്രകാശദീപ്തി ആ ഡാർക്ക് റൂമിലെ അരണ്ട ചുമന്ന വെളിച്ചത്തിലും തന്നെ സ്തബ്ധനാക്കിയെന്നാണ് പരമുവണ്ണന്റെ സാക്ഷ്യം.ആ ധൈര്യത്തിലാണ് ആ നടിയെ കാസറ്റ് ചെയ്തത്.

ഒരുമിച്ചഭിനയിച്ചു തുടങ്ങിയപ്പോൾ നസീറിന് ആദ്യം തോന്നിയ അതൃപ്തിയും സന്ദേഹവും മാറി. പിന്നെ അവർ 107 ചിത്രങ്ങളിൽ നായികാനായകന്മാരായി അഭിനയിച്ചു ചരിത്രം സൃഷ്ടിച്ചു. ഈ ചിത്രത്തിന്റെ റഷസ്സും നേരത്തേ എടുത്ത ഫോട്ടോകളും കണ്ടിട്ടാവണം പി ഭാസ്കരൻ അവരെ തന്റെ *ഭാഗ്യജാതക*മെന്ന പുതിയ ചിത്രത്തിൽ നായികയാക്കി. അതും സത്യനോടൊപ്പം. ആ ചിത്രമാണു ആദ്യമിറങ്ങിയത്. അതോടെ ഈ നടിയുടെ പ്രയാണകഥ മലയാളസിനിമയുടെ ചരിത്രമായി. ഷീല മലയാളത്തിന്റെ പ്രിയനടിയായി!

നിണമണിഞ്ഞ കാൽപ്പാടുകൾ പ്രദർശനത്തിനെത്തി. സത്യൻ ചിത്രം കണ്ടു. പരമുവണ്ണനെ അഭിനന്ദിച്ചു. തനിക്കു പകരമഭിനയിച്ച ചെറുപ്പക്കാരന്റെ പ്രകടനത്തെ ശ്ലാഘിച്ചു.

തിരുവനന്തപുരത്തെ തിയേറ്ററിൽ പോയാണു *മാധവൻനായർ* ചിത്രം കണ്ടത്. നല്ല വേഷം. നല്ല അഭിപ്രായം. അതിൽ സന്തോഷം തോന്നി. പക്ഷേ ക്രെഡിറ്റ് ടൈറ്റിലിൽ തന്റെ പേരില്ലല്ലോ. അതിൽ തോന്നിയ ദുഃഖം പരമുവണ്ണനെ വിളിച്ചു പറഞ്ഞു. ഒരിക്കൽക്കൂടി ചിത്രം കാണാനും കാണുമ്പോൾ ടൈറ്റിലുകൾ പ്രത്യേകം ശ്രദ്ധിക്കുവാനുമായിരുന്നു പരമുവണ്ണന്റെ നിർദേശം. കണ്ടു. ശ്രദ്ധിച്ചു.

ഒരു പ്രത്യേക ടൈറ്റിൽ.

"ഞങ്ങൾ പരിചയപ്പെടുത്തുന്ന പുതുമുഖ നായകൻ: മധു" അന്നാണ്, അപ്പോഴാണ് മാധവൻനായർ എന്ന താൻ 'മധു'വായി ജ്ഞാനസ്നാനം ചെയ്യപ്പെട്ട വൃത്താന്തം കഥാപുരുഷനറിയുന്നത്. മാധവൻനായർ എന്ന പേരു സിനിമാതാരത്തിനു ചേർന്നതല്ല എന്നതുകൊണ്ടു പി എൻ മേനോനാണ് 'മധു' എന്ന പേരു നിർദേശിച്ചത്.

കുട്ടിക്കുപ്പായവും ആദ്യകിരണങ്ങളും ഭാർഗവീനിലയവും കല്ല്യാണഫോട്ടോയും കാട്ടുപൂക്കളും കഴിഞ്ഞതോടെ മധു മലയാളികളുടെ പ്രിയനായകനായി. വൈവിധ്യമാർന്ന കഥാപാത്രങ്ങൾ ലഭിച്ചതാണ് തന്നിലെ നടന്റെ സൗഭാഗ്യവും സുകൃതവുമെന്ന് മധു എപ്പോഴും പറയാറുണ്ട്. ബഷീർ-വിൻസന്റ് ദ്വയത്തിന്റെ *ഭാർഗവീനിലയം* മലയാളസിനിമയുടെ ചരിത്രത്തിലെ നിർണായക വഴിത്തിരിവായപ്പോൾ അതിൽ ബഷീറിനെ അവതരിപ്പിച്ചുകൊണ്ടു മധുവും അംഗീകാരത്തിന്റെ പുതിയ സിംഹാസ

ചെമ്മീനിൽ നിന്ന്

മോഹൻ

നങ്ങൾ നേടിയെടുക്കുകയായിരുന്നു. ഒരു സിനിമയിൽ ഏഴെട്ടു മിനിട്ടോളം ദൈർഘ്യമുള്ള ഒരു രംഗം കൂടെയാരുമില്ലാതെ ഏകനായി ബഷീറിയൻ സംഭാഷണമുരുവിട്ടുകൊണ്ടു അനായാസമായി ഫ്രെയിമിൽ നിറഞ്ഞുനിന്ന മധുവിന്റെ സ്ക്രീൻസാന്നിധ്യം സത്യനും നസീറും നിറഞ്ഞു നിന്നിരുന്ന മലയാളസിനിമയിൽ വേറിട്ടൊരു അഭിനയ സംസ്കൃതിയുടെ ചാലിനു വഴിതെളിച്ചു.

*ചെമ്മീനി*ലെ പരീക്കുട്ടിയെക്കൂടി കൊട്ടാരക്കരയുടെ ചെമ്പൻകുഞ്ഞിന്റേയും അടൂർ ഭവാനിയുടെ ചക്കിയുടേയും സത്യന്റെ പളനിയുടേയുമൊപ്പം അവഗണിക്കാനാകാത്തവിധം സ്ക്രീനിൽ മാറ്റുരച്ച സാന്നിധ്യമാക്കിയതോടെ മധു അഭിനയത്തികവിനു ദൃഷ്ടാന്തമായി മാറി.

അഭിനയരംഗത്തു മാത്രമായൊതുങ്ങുവാനാകുമായിരുന്നില്ല അദ്ദേഹത്തിന്. സംവിധായകന്റെ മേലങ്കിയണിഞ്ഞ ആദ്യ ചിത്രം *പ്രിയ* ഏറെ ശ്രദ്ധിക്കപ്പെട്ടു. ചർച്ച ചെയ്യപ്പെട്ടു. തുടർന്നു സംവിധാനം ചെയ്ത *സിന്ദൂരച്ചെപ്പ്, സതി,* എന്നീ ചിത്രങ്ങൾ മധുവിലെ സംവിധായകനിൽ ഏറെ പ്രതീക്ഷകളർപ്പിക്കുവാൻ നമ്മെ പ്രേരിപ്പിച്ചു. *മാന്യശ്രീ വിശ്വാമിത്രനും കാമം ക്രോധം മോഹവും, അക്കൽദാമയും, തീക്കനലും* അടക്കം മധു സംവിധാനം ചെയ്ത പല ചിത്രങ്ങളും ശ്രദ്ധിക്കപ്പെടുകയും വൻ വിജയങ്ങളാവുകയും ചെയ്തുവെങ്കിലും അഭിനയരംഗത്തു തിരക്കേറിയതു മൂലം സംവിധാന മേഖലയിൽ പിന്നീടദ്ദേഹം മുൻപോട്ടു പോയില്ല. അതൊരു നഷ്ടമായെന്നുകരുതുന്നവരേറെയുണ്ട്.

സംവിധായകനായ മധുവിന്റെ സഹായിയായി ആ ശിക്ഷണത്തിൽ തന്റെ കഴിവുകളെ മാറ്റുരച്ചെടുത്ത ഒരു ചെറുപ്പക്കാരൻ പിന്നീടു സ്വതന്ത്ര സംവിധായകനായപ്പോൾ മലയാള സിനിമയിലെ വസന്തത്തിന്റെ സന്ദേശവാഹകരിൽ പ്രമുഖനായി. *രണ്ടു പെൺകുട്ടികളും, വാടകവീടും, ശാലിനി എന്റെ കൂട്ടുകാരിയും, വിടപറയും മുൻപേയും, ഇളക്കങ്ങളും, രചനയും* മലയാളത്തിനു സമ്മാനിച്ച മോഹൻ!

> എന്നിലെ സംവിധായകനെ രൂപപ്പെടുത്തുന്നതിൽ മധു സാറിന്റെ സ്വാധീനം നിർണായകമായിരുന്നു. തിരക്കഥയിൽ, ചിത്രസംയോജനത്തിൽ, അഭിനേതാക്കളിൽ നിന്നും കഥാപാത്രങ്ങളെ തെളിച്ചെടുക്കുന്നതിൽ.... എല്ലാം.... അദ്ദേഹത്തിന്റെ മാതൃകയും ആ ശിക്ഷണവും എന്റേതായ ഒരു ശൈലിരൂപപ്പെടുത്തുന്നതിന് എനിക്കേറെ സഹായകമായിട്ടുണ്ട്. ഷോട്ടുകൾ എടുക്കുന്നതിൽ മാത്രമല്ല സംവിധായകന്റെ പ്രസക്തിയെന്നും തിരക്കഥയുടെ

ഘട്ടംതൊട്ടേ തുടങ്ങേണ്ടതാണ് സംവിധായകന്റെ സർഗീയ പങ്കാളിത്തമെന്നും സംവിധായകൻ ഒരു നല്ല എഡിറ്റർ കൂടിയായിരിക്കണമെന്നും എന്നെ പഠിപ്പിച്ചത് മധുസാറാണ്...

അഭിനയരംഗത്ത് ഏറെ തിരക്കുള്ളപ്പോൾ തന്നെ നിർമാണരംഗത്തും മധു ശ്രദ്ധിച്ചു. ഉമ സ്റ്റുഡിയോ മലയാളത്തിലെ അക്കാലത്തെ ആദ്യ ആധുനിക നിർമാണകേന്ദ്രമായി. ലാഭനഷ്ടങ്ങൾ നോക്കാതെ സിനിമയിൽ നിന്നു കിട്ടിയതും അതിലേറെയും സിനിമയിലേക്കു ചൊരിഞ്ഞിടുവാൻ മടിക്കാതിരുന്ന മധുവിന്റെ ഈ മനസിനെ നമിക്കാതെ വയ്യ.

കാലം കടന്നുപോകുമ്പോൾ ക്യാരക്ടർ വേഷങ്ങളിലേക്കുള്ള പരിണാമത്തിൽ അസാധാരണമായി യാതൊന്നും അദ്ദേഹം കണ്ടില്ല. അഭിനയം കർമമായി തിരഞ്ഞെടുക്കുമ്പോൾ അതിൽ വലിപ്പച്ചെറുപ്പങ്ങൾ ഉണ്ടാവില്ലല്ലോ. നായകനായി നിറഞ്ഞുനിന്ന നാളുകളിലും ക്രൂരനിഷ്ഠൂരനായ വില്ലനായി അഭിനയിക്കുവാൻ മധു മടിച്ചിട്ടില്ലല്ലോ! *ഇതാ ഇവിടെ വരെ, അപരാധി, പ്രിയ....* ഉദാഹരണങ്ങൾ അനവധി. നായകപരിവേഷത്തെയല്ല അഭിനയസിദ്ധിയെയാണു പ്രേക്ഷകരും കാലവും വിലമതിക്കുന്നതെന്നു തിരിച്ചറിയുവാനുള്ള വിവേകം സത്യനെന്നതുപോലെ *(കരിനിഴൽ, താര)* മധുവിനുമുണ്ടായിരുന്നു. അതിന്റെ നിറവിൽ തന്റെ സമശീർഷർക്കു കിട്ടാതെപോയ അഭിനയഔന്നത്യത്തിന്റെ അധികതൂവലുകൾ അദ്ദേഹത്തിനു നേടാൻ കഴിഞ്ഞുവെന്നതും ചരിത്രസാക്ഷ്യം.

കർമനിരതനാവുക എന്നുമദ്ദേഹത്തിനു ജീവിതവ്രതമാണ്. അഭിനയരംഗത്തെ ഇടവേളകളിൽ വിദ്യാഭ്യാസമേഖലകളിലും സാംസ്കാരിക പ്രവർത്തനങ്ങളിലും സജീവസാന്നിധ്യമായി മാറിയ മധുവിനെ നാം കണ്ടു. ഇന്നും തന്നെ തേടിവരുന്ന കഥാപാത്രങ്ങളെ അദ്ദേഹം ഉപേക്ഷിക്കാറില്ല. ഒപ്പം പകലുകളെ അർഥപൂർണമായ നിവർത്തനങ്ങൾക്കായി ഫലശ്രുതിയിലെത്തിക്കുവാൻ ജാഗരൂകനായി അദ്ദേഹം തന്നോടും സമൂഹത്തോടും സംസ്കൃതിയോടും നീതിപുലർത്തുന്നു. കൂടുതൽ കർമനിരതനാകുവാനുള്ള ഊഴമാകട്ടെ ജീവിതത്തെ അറിഞ്ഞു വർഷിക്കുന്ന ഈ സർഗധനനു നമുക്കു നൽകാൻ കഴിയുന്ന ആശംസ.

6

മരണാനന്തര നിസ്സഹായത... ചില വ്യാകുല ചിന്തകൾ... (ഓർമകളും)

കർക്കിടകം പതിനാല് ഭരതന്റെ ചരമവാർഷികമാണ്. ഭരതൻ ഫൗണ്ടേഷൻ ഇത്തവണയും അതു സമുചിതമായി തൃശൂരിൽ ആചരിച്ചു. 2007ൽ തൃശൂരിൽ ഭരതൻ സ്മൃതി ആചരിക്കുമ്പോൾ വീട്ടിൽവന്ന് എന്നെ കാറിൽ തൃശൂരിലേക്കു കൂട്ടിക്കൊണ്ടുപോയത് ഗോപിയായിരുന്നു.

സംശയം വേണ്ട, സാക്ഷാൽ പത്മശ്രീ ഭരത് ഗോപി!

ഞങ്ങളൊരുമിച്ച് ഒരു മുറിയിലാണു തൃശൂരിൽ താമസിച്ചതും. ആദ്യമായാണങ്ങനെ. രാത്രി ചെറിയൊരനക്കം കേട്ടാൽ അപ്പോൾ ഗോപിയുണരും. എന്നെ ശ്രദ്ധിക്കും. എനിക്കെന്താണാവശ്യമെന്നാരായും. ഇങ്ങനെയൊരു കരുതൽ, ജാഗ്രത, ഉൽക്കണ്ഠ, താൽപ്പര്യം.... എല്ലാം പുതിയ അനുഭവങ്ങളായിരുന്നു.

ഞാൻ മനസിൽ കരുതി:

"ഗോപി ഒരുപാടു മാറിയിരിക്കുന്നല്ലൊ."

അതു നന്നിനെന്നും മനസു മന്ത്രിച്ചു.

പിറ്റേന്ന് സാഹിത്യ അക്കാദമി ഹാളിൽ ഓർമകൾ കൊണ്ടു ഭരതനെ ശ്രാദ്ധമൂട്ടാൻ ഒത്തുചേർന്ന സുഹൃത്ത് സംഗമത്തിൽ ഞങ്ങൾ അടുത്തടുത്താണിരുന്നത്.

പലതരം അനുസ്മരണങ്ങളുണ്ടായി. സത്യസ്പർശമുള്ളവയായിരുന്നു ഏറെയും; അതിനാൽ തന്നെ ആർജ്ജവപൂർണവും.

അപവാദങ്ങളുമുണ്ടായി.

വേണ്ടതിലേറെ മെലോഡ്രാമയും അതിശയോക്തിയും കലർത്തി വഷളാക്കി ചിലർ. മറ്റു ചിലർ ഔചിത്യം മറന്ന് സന്ദർഭബോധമില്ലാതെ അരുതാത്ത പ്രസ്താവങ്ങളിലേക്കു കാടുകയറി. വേറെ ചിലർ അസത്യഭാഷണം കൊണ്ട് ആ പവിത്രനിമിഷങ്ങളെ മലീമസമാക്കി.

ഗോപി എന്റെ കൈത്തണ്ടയിൽ പിടിച്ചമർത്തി. ഞാൻ ഗോപിയെ ശ്രദ്ധിച്ചു. കലശലായ കോപം വരുന്നുണ്ടു ഗോപിക്ക്. സന്ദർഭം അതായതുകൊണ്ടുമാത്രം ശ്രമപ്പെട്ടു പിടിച്ചടക്കുകയാണ്.

പല്ലുഞെരിച്ചു ശബ്ദം താഴ്ത്തി എന്റെ കാതിൽ ഗോപിക്ക് പക്ഷേ മന്ത്രിക്കാതിരിക്കുവാൻ കഴിഞ്ഞില്ല. അതു പകുതി അമർഷവും പകുതി ആത്മഗതവുമായിരുന്നു!

"മരിച്ചു കഴിഞ്ഞാൽ ഉള്ള ഏറ്റവും വലിയ പ്രശ്നമെന്താണെന്നു ജോണിനറിയ്യോ? ഇങ്ങനെ ചില തെണ്ടികൾ വന്ന് ഇത്തരം ചില ചെറ്റത്തരങ്ങൾ എഴുന്നള്ളിക്കുമ്പോൾ പ്രതികരിക്കാൻ പറ്റില്ല. നിശ്ശബ്ദം കേട്ടു സഹിക്കുകയേ വഴിയുള്ളു.... എന്തൊരു വലിയ പരാധീനതയാണത്. ജോണൊന്നാലോചിച്ചു നോക്ക്.... ഭരതൻ ജീവിച്ചിരുപ്പുണ്ടായിരുന്നുവെങ്കിൽ ഈ വഷളത്തരം കേട്ടുകൊണ്ടു മിണ്ടാതിരിക്കുമോ? അപ്പോൾ വീഴില്ലേ ചെപ്പക്കുറ്റിക്കടി?!"

ഞാൻ ചിരിച്ചു. ചിരിക്കുകയല്ലാതെ മറ്റു വഴിയില്ലല്ലോ!

കൂട്ടത്തിൽ ഏറ്റവും മോശമായി അനുസ്മരണ പീഡനം നടത്തിയ ഒരു വിദ്വാൻ മുൻപിൽ മലർക്കെ ഇളിച്ചുകൊണ്ടു വന്നു. "ഞാൻ കല

ഭരതൻ

ഭരത് ഗോപി

ജോൺ പോൾ

ക്കിയില്ലേ?" എന്നു നിശ്ശബ്ദം ചോദിക്കുന്നുണ്ട് അറപ്പുണർത്തുന്ന ആ ചിരി.

ഗോപി കടുപ്പിച്ചെന്തെങ്കിലും പറയുമെന്നു ഞാൻ ഭയന്നു.

ഗോപി പക്ഷേ എന്നെ അതിശയിപ്പിച്ചു കളഞ്ഞു!

കൈനീട്ടി കഥാപുരുഷനു ഹസ്തദാനം ചെയ്തുകൊണ്ട് ഒറ്റ ചോദ്യം:

"എന്നാൽപ്പിന്നെ പോവുകയല്ലേ?"

"അതെയതെ"

തന്റെ കൃത്യാന്തര ബാഹുല്യമോർത്തിട്ടാവാം ഗോപി ആ ചോദിച്ചതെന്ന സായൂജ്യത്തോടെ അയാൾ സ്ഥലം വിട്ടു!

അന്നു രാത്രി മുറിയിൽ ഒറ്റയ്ക്കായപ്പോൾ വീണ്ടും സംസാരം മരണാനന്തര പരിവൃത്തത്തിലേക്കു വഴുതി.

"എനിക്കീ പത്മശ്രീ കിട്ടിയതുകൊണ്ടൊരു ചെറിയ കുഴപ്പമുണ്ടു ജോണേ...."

"എന്താണത്?"

"അല്ല, മരിച്ചാലുടൻ ഔദ്യോഗികബഹുമതികളോടെ സംസ്കാരം എന്നു സർക്കാർ കയറി പ്രഖ്യാപിച്ചു കളയും...."

ഞാൻ നിശ്ശബ്ദനായി.

ഗോപി തുടർന്നു.

"ബഹുമതി പിന്നേയും താങ്ങാം. എല്ലാം കഴിഞ്ഞാലുടൻ ചുറ്റിനും നിന്നൊരു ആചാരവെടിയുണ്ട്. ഹൊ! അതാണു ഭയങ്കരം. എത്ര റൗണ്ട് ബുള്ളറ്റാണു വെറുതെ ആകാശത്തേക്കു നിറയുതിർത്തു വെയ്സ്റ്റ് ആക്കുന്നത്! വല്ലവരുടേയും നേർക്കിട്ടാണ് വച്ചിരുന്നതെങ്കിൽ അതിലൊരു ഡ്രാമയെങ്കിലുമുണ്ടാകും. ഇതതുമില്ല, അക്കൂട്ടത്തിൽ ശ്രുതി തെറ്റിച്ചൊരു ബ്യൂഗിൾ ആലാപനവും. സഹിച്ചുകിടക്കാനല്ലാതെ വല്ലതിനും പറ്റുമോ നമുക്ക്."

അന്ന് ആ കറുത്ത തമാശ കേട്ടു പൊട്ടിച്ചിരിക്കുമ്പോൾ ഞാനറിഞ്ഞിരുന്നില്ലല്ലോ തുടർന്നുള്ള മകരം പതിനഞ്ചിന് ഗോപി ഒരോർമയാകുമ്പോൾ ഈ ആചാരവെടികളും ബ്യൂഗിൾ ആലാപനവും ഗോപി ഭയന്നിരുന്നതുപോലെ ഗോപിയെ ആക്രമിക്കുവാനിരിക്കുകയാണെന്ന്!

തൈക്കാട്ട് വൈദ്യുത ശ്മശാനത്തിൽ കോടിയുടുപ്പിച്ചു മഞ്ചത്തിൽ കിടത്തിയ ഗോപിയോട് അന്ത്യയാത്ര പറഞ്ഞിട്ട് മതിയാകാതെ നിരുദ്ധകണ്ഠനായി മഞ്ചത്തിനരികിൽ മുട്ടുകുത്തി നിന്നിരുന്ന മകൻ മുരളീകൃഷ്ണനെ സാക്ഷി നിർത്തി ബ്യൂഗിൾ സംഗീതം ഉയരുകയും ആകാശവെടികൾ ഉതിരുകയും ചെയ്തപ്പോൾ ആ നെഞ്ചകത്തു തിങ്ങിത്തിക്കിയ പ്രതിഷേധം മറ്റാരുമറിഞ്ഞില്ലെങ്കിലും ഞാനറിഞ്ഞിരുന്നല്ലോ....!

ഭാഗ്യം. ഗോപിയുടെ അദൃശ്യസാന്നിധ്യത്തിന്റെ വിലക്ക് ഫലപ്രദമായതുകൊണ്ടാവണം ഇക്കൊല്ലം ഭരതൻ സ്മൃതിയിലും അതിനു മുമ്പു നടന്ന ഗോപി സ്മൃതിയിലും അസംബന്ധപ്രസ്താവങ്ങളും അരുതാഭാഷണങ്ങളും ഉണ്ടായില്ല.

(ഗോപിക്ക് കൂടി ഓർമകൾകൊണ്ടു ശ്രാദ്ധമൂട്ടുവാനായി ഭരതൻ ഫൗണ്ടേഷനു നിയോഗം!)

രംഗബോധമില്ലാത്ത കോമാളിയെപ്പോലെയാണ് മരണത്തിന്റെ വരവെന്നു വിവരമുള്ളവർ പണ്ടേ പറഞ്ഞിട്ടുണ്ട്. ആ മരണത്തെ സാക്ഷ്യമാക്കി കറുത്ത തമാശകൾ നിവർത്തിതമാകുന്നത് ചിലപ്പോൾ അതുകൊണ്ടു കൂടിയാവാം.

ഗോപിക്കും എനിക്കും ഗുരുതുല്യനായ ജി ദേവരരാജൻ മാസ്റ്ററുടെ മരണത്തോടനുബന്ധിച്ചു പ്രചരിച്ച ഒരു കറുത്ത തമാശയാവട്ടെ വാൽക്കഷണം:

പ്രകൃതത്തിലും പ്രകാരത്തിലും വിഭിന്നതകൾ ഏറെയുണ്ടെങ്കിലും ദേവരാജൻ മാസ്റ്ററുടെ വത്സലശിഷ്യനായിരുന്നു എം ജി രാധാകൃഷ്ണൻ. മാസ്റ്ററുടെ മകളുടെ വിവാഹത്തിനു കച്ചേരി നടത്തിയത് എം ജി രാധാകൃഷ്ണനായിരുന്നു. മാസ്റ്ററൊരു വാക്കുപറഞ്ഞാൽ വന്നു കച്ചേരി നടത്തുവാൻ ആരു വേണമെങ്കിലും വരും. എന്നിട്ടു മാസ്റ്ററുടെ വലിയ മനസ്സ് തിരഞ്ഞെടുത്തത് രാധാകൃഷ്ണനെയായിരുന്നു. രാധാകൃഷ്ണന് തിരിച്ചങ്ങോട്ടുള്ള ഭക്തിക്കും ആദരവിനും ഒട്ടും കുറവില്ല.

മാസ്റ്റർ മരിച്ചു.

പരവൂരിൽ ഔദ്യോഗിക ബഹുമതികളോടെ സംസ്കാരം.

ദുഃഖാർത്തരായ ശിഷ്യഗണങ്ങൾ ചാരത്തുനിൽക്കുന്നു.

അർജ്ജുനൻ മാസ്റ്റർ, യേശുദാസ്, ഹരിഹരൻ, എം ജി രാധാകൃഷ്ണൻ തുടങ്ങി നിരവധി പേർ.

ഭാര്യ ലീലാമണിചേച്ചിയും മക്കളും അന്ത്യയാത്ര പറഞ്ഞു. കൂട്ടത്തിൽ യേശുദാസും അർജ്ജുനൻ മാസ്റ്ററും ഹരിഹരനും.

ഔദ്യോഗിക ചടങ്ങുകൾ തുടങ്ങി. ബ്യൂഗിൾ ആലാപനം.തുടക്കത്തിൽ തന്നെ അതിൽ താളം തെറ്റി, വെള്ളി പടർന്നു.

എം ജി രാധാകൃഷ്ണൻ അമ്പരപ്പോടെ

യേശുദാസ്

ദേവരാജൻ

അർജ്ജുനൻ മാസ്റ്റർ

എം ജി രാധാകൃഷ്ണൻ

മാസ്റ്ററുടെ മുഖത്തേക്ക് നോക്കി. മാസ്റ്റർ നിശ്ശബ്ദനാണ്. പ്രതികരണമില്ല. നിസ്സഹായനാണ്.

ഒരു നിശ്വാസത്തോടെ ഇടറിയ സ്വരത്തിൽ എം ജി രാധാകൃഷ്ണൻ പറഞ്ഞുവത്രേ!

"മാസ്റ്റർ മരിച്ചുവെന്ന് എനിക്കിപ്പോഴാണ് ശരിക്കും ബോധ്യമായത്!"

ഇല്ലായിരുന്നുവെങ്കിൽ, ശ്രുതി തെറ്റുമ്പോൾ, സ്വരം ഇടറുമ്പോൾ, താളം പിഴയ്ക്കുമ്പോൾ, സംഗീതത്തിനായി സമർപ്പിച്ച ആ ജന്മത്തിൽ മാസ്റ്റർക്കെങ്ങനെയാണ് നിശ്ശബ്ദനാകുവാൻ കഴിയുക?! പ്രതികരിക്കുവാതിരിക്കുവാൻ കഴിയുക?

ഒരിക്കലുമില്ലല്ലോ....!

മാസ്റ്റർ മരിച്ചു കഴിഞ്ഞിരിക്കുന്നു.

സത്യം!

7

പ്രതിഭകൾ മങ്ങുന്നതെന്തുകൊണ്ട്

മലയാള സിനിമയുടെ പുണ്യകാലം എന്നു വിശേഷിപ്പിക്കപ്പെട്ട സമാന്തര ചലച്ചിത്ര പർവം ആരംഭിക്കുന്നത് ഭരതന്റെ *പ്രയാണ*ത്തോടെയാണ്. കെ ജി ജോർജിന്റെ *സ്വപ്നാടന*ത്തോടെയെന്നാണു പറഞ്ഞു ശീലിച്ചിരുന്നത്. അതൊന്നു മാറ്റി പറയണമെന്നു ചരിത്രം ആവശ്യപ്പെടുന്നു. രണ്ടു ചിത്രങ്ങളും ഒരേ വർഷമാണു സെൻസർ ചെയ്തതെങ്കിലും ആദ്യം പ്രദർശനത്തിനെത്തിയത് *പ്രയാണ*മാണ്; 1975 ൽ ആ വർഷം തന്നെ അരവിന്ദന്റെ *ഉത്തരായന*വും കെ പി കുമാരന്റെ *അതിഥി*യും നമുക്കു ലഭിച്ചിരുന്നു. *സ്വപ്നാടനം* തിയ്യേറ്ററുകളിൽലെത്തുന്നതു 1976 ലാണ്.

മുഖ്യധാരയിൽ കടന്നുവന്ന മാറ്റത്തിന്റെ തരംഗങ്ങളെക്കുറിച്ചുള്ള ചർച്ചയായതു കൊണ്ടാണ് *ഉത്തരായന*വും *അതിഥി*യും ഈ പരിവൃത്തത്തിൽപ്പെടുത്താത്തത്.

ഒരേ കാലഘട്ടത്തിൽ പുതിയൊരു ചലച്ചിത്ര സംസ്കൃതിയുടെ

ഭരതൻ

കെ ജി ജോർജ്ജ്

പത്മരാജൻ

കുതിപ്പുമായി പ്രവർത്തനങ്ങൾ നിവർത്തിച്ചുവെങ്കിലും പരിവർത്തനം സംഭവിച്ചതു പ്രേഷകാഭിരുചിയിൽക്കൂടിയായതുകൊണ്ട് അതിന്റെ കാലക്രമം ജനങ്ങളിലേക്കെത്തുന്നതുമുതൽ കണക്കാക്കാതെ വയ്യല്ലോ.... ആ അർഥത്തിൽ *പ്രയാണ*ത്തിലൂടെ ഭരതനും തിരക്കഥാകൃത്തെന്ന രീതിയിൽ പങ്കാളിയായ പത്മരാജൻ ആദ്യവും *സ്വപ്നാടന*ത്തിലൂടെ കെ ജി ജോർജ് പുറകെയും തുടങ്ങിവച്ചതാണു മലയാള സിനിമയിലെ മധ്യവർത്തി തരംഗം. ആ തരംഗം പകർന്നുതന്ന സന്ദേശം പിന്നീടിവിടെ ഏറ്റുപാടുവാൻ അവർക്കൊപ്പമെത്തിയ ചലച്ചിത്രകാരനാണു മോഹൻ (*രണ്ടു പെൺകുട്ടികൾ*, 1978) മോഹനോടൊപ്പം തിരക്കഥയിൽ പങ്കാളിയായി സുരാസുവും ഉണ്ടായിരുന്നു. പക്ഷേ ബോധപൂർവം അരാജകത്വത്തിന്റെ കലാപക്കൊടി മറയാക്കി നിഷ്കർമനാകുവാനുള്ള നിയോഗം സ്വയം എടുത്തണിഞ്ഞ സുരാസു അപ്രാപ്യനായതു മധ്യവർത്തി സിനിമയുടെ നിർഭാഗ്യം.

വസന്തത്തിന്റെ സുവിശേഷവാഹകർ എന്നു മധ്യവർത്തി സിനിമയുടെ സമാന്തര പരിവൃത്തത്തിൽ ഭരതനെയും പത്മരാജനെയും കെ ജി ജോർജിനെയും മോഹനെയും ആദരപൂർവം വിശേഷിപ്പിക്കുമ്പോൾതന്നെ നാം തിരിച്ചറിയേണ്ട ഒരു വസ്തുതയുണ്ട്. ഇവരുടെ പൂർവസൂരികൾ നിവർത്തിച്ച ചലച്ചിത്ര വർഷത്തിലെ അപൂർവമെങ്കിലും പ്രത്യക്ഷമായിരുന്ന വേറിട്ട ദൃശ്യപകർച്ചകളുടെ തുടർച്ചയിൽത്തന്നെയാണ് നമ്മുടെ സിനിമയിൽ ഈ മധ്യവർത്തി ചലച്ചിത്രസംസ്കാരം ഉദയം ചെയ്തത്. വേറിട്ട ചലച്ചിത്ര സങ്കൽപ്പത്തെ ഉപാസിക്കുവാൻ സ്വന്തം സത്തയെ പരിമിതികൾക്കിടയിലും സമർപ്പിക്കുവാൻ മുൻപിട്ടിറങ്ങിയ രാമുകാര്യാട്ട്, പി ഭാസ്കരൻ, പി രാമദാസ്, എ വിൻസന്റ്, കെ എസ് സേതുമാധവൻ തുടങ്ങിയവരിൽ നിന്നുതന്നെ ആരംഭിച്ചിരുന്നു സിനിമയുടെ സിനിമയോട് കൂടുതൽ അടുത്തു ദൃശ്യമികവിൽ എത്തിപ്പെടുവാനുള്ള യജ്ഞത്തിന്റെ ആദ്യപർവം. അതിന്റെ തുടർച്ചയിലാണ് ദൃശ്യപരമായ ഒരു പുതിയവെളിപാടുമായി പി എൻ മേനോൻ കടന്നു വരുന്നത്. മേനോൻ നാന്ദികുറിച്ച പുതിയ ദൃശ്യസംസ്കാരം മുഖ്യധാരയിലും പരീക്ഷണസിനിമയിലും ഒരുപോലെ അതിന്റേതായ അനുരണനങ്ങൾ സൃഷ്ടിച്ചു.

ആ തുടർച്ചയിലെ ദൃശ്യപരമായ പുതിയ പകർച്ചകളിലേക്കു മുഖ്യധാരയിലെ ആവിഷ്കാരമുറകളെ സമന്വയിപ്പിക്കുകയും പ്രേക്ഷകസാമാന്യത്തിനു നിരാകരിക്കാനാവാത്ത ജീവിതത്തിന്റെ പച്ചയായ നേർക്കാഴ്ചകളിൽ കാൽപ്പനികതയ്ക്കൊപ്പം അതിഭാവുകത്വത്തിലേക്കു വഴുതാതെ പകയും വെറിയും രതിയും അടക്കമുള്ള ജന്മസഹജത്വരകളെ അവയുടെ രുദ്രക്രൗര്യതുടിതാളങ്ങളിൽ അതുവരെ അപരിചിതമായിരുന്ന ചടുലതയോടെ അനുഭവവേദ്യമാക്കുകയും ചെയ്തുകൊണ്ടാണ് മധ്യവർത്തി സിനിമ ഇവിടെ ശക്തിയാർജിച്ചത്.

എ വിൻസന്റ്

ഭരതനും ജോർജും മോഹനും അവർക്കൊപ്പം പത്മരാജനും (സംവിധായകനായി *പെരുവഴിയമ്പലം* 1979 മുതൽ) തുടങ്ങിവച്ച മധ്യവർത്തി സിനിമയിൽ പ്രത്യക്ഷ സാന്നിധ്യമായി ഒപ്പം കടന്നുവരാൻ എം ടി വാസുദേവൻ നായരുടെ സർഗീയ പങ്കാളിത്തത്തിന്റെ പിൻബലത്തോടെ മുഖ്യധാരയിൽ നിന്നും ഹരിഹരനും (*ഇടവഴിയിലെ പൂച്ച മിണ്ടാപ്പൂച്ച* 1979) ഐ വി ശശിയും (*തൃഷ്ണ* 1981) ഉണ്ടായി. ഈ സമാന്തര വൃത്തത്തിൽ നിന്നും പ്രചോദനമുൾക്കൊണ്ടുകൊണ്ടും അതിൽ വിശ്വാസമർപ്പിച്ചുകൊണ്ടും ആ പാത പിൻതുടരുവാൻ പലരുമുണ്ടായി. അതോടെ മധ്യവർത്തിസിനിമ മലയാളത്തിലെ മുഖ്യധാരാസിനിമയെ അതിശയിച്ചുകൊണ്ടു ശക്തിയാർജിക്കുന്നത് ഇന്ത്യൻസിനിമ വിസ്മയത്തോടെയാണ് കണ്ടുനിന്നത്. ആ ശക്തികാലമായിരുന്നു മലയാളസിനിമയിലെ പ്രകാശവേള.

ആ തരംഗം ദുർബലമായി; അതിന്റെ ഉപാസകർ പലരും രംഗത്തു തുടർന്നുവെങ്കിലും പലകാരണങ്ങളാലും പ്രേക്ഷകപ്രീതി അവർക്കു അപ്രാപ്യമാവുകയും മറ്റുപലരും സ്വന്തം കോട്ടകൊത്തളങ്ങൾ ലക്ഷ്യമാക്കി പാതമാറി ചവിട്ടുകയും ചെയ്തതോടെ ആ ശക്തി ചോരുവാൻ തുടങ്ങി. അതാവട്ടെ മലയാള സിനിമയുടെ അപചയത്തിന്റെ തുടക്കവുമായി. പിന്നീട് ഒറ്റപ്പെട്ട പ്രകാശവീചികളായല്ലാതെ വേറിട്ട കാഴ്ചയുടെ ആരോഗ്യപൂർണമായ ഒരു സാന്നിധ്യം ഇന്നോളം മലയാളസിനിമയെ അനുഗ്രഹിച്ചിട്ടില്ല.

വസന്തത്തിനു തുടക്കം കുറിച്ചവരിൽ ഭരതനും പത്മരാജനും മാത്രമേ ഓർമയായി മാറിയിട്ടുള്ളു. കെ ജി ജോർജും മോഹനും നമുക്കിടയിലിപ്പോഴുമുണ്ട്; പക്ഷേ.... ഒടുവിലൊടുവിലായി അവർ ചെയ്ത ചിത്രങ്ങൾ പ്രേക്ഷക പ്രീതിയിൽ നിന്നകന്നു നിന്നതാണു നാം കണ്ടത്. സിനിമയോടുള്ള അവരുടെ പ്രതിബദ്ധത കുറഞ്ഞതോ, സിനിമയെ അവർ ഗൗരവപൂർവം സമീപിക്കാത്തതോ ആവില്ല കാരണം.

എളുപ്പത്തിൽ പറഞ്ഞുതീർത്തു കാണുന്ന ഒരു കാരണം മാറിവന്ന പ്രേക്ഷകാഭിരുചിക്കൊത്തവയായിരുന്നില്ല ആ ചിത്രങ്ങൾ എന്നതാണ്. ഇതൊരു കള്ളസാക്ഷ്യമാണ്. എഴുപതുകളിൽ ജോർജ് *സ്വപ്നാടനവും* മോഹൻ *രണ്ടു പെൺകുട്ടികളു*മായി കടന്നു വരുമ്പോൾ ഒരിക്കലും ആ ചിത്രങ്ങൾ അന്നു പ്രാബല്യത്തിലിരുന്ന പ്രേക്ഷകാഭിരുചിയുടെ സ്ഥാപിക്കപ്പെട്ട പരിഛേദങ്ങൾക്കൊത്തുള്ളവയായിരുന്നില്ലല്ലോ. ആഘാതം സൃഷ്ടിക്കുന്ന ഒരു പൊളിച്ചെഴുത്തിലൂടെ തന്നെയാണ് ഈ ചിത്രങ്ങൾ പുതിയൊരു അഭിരുചിസംസ്കാരം സൃഷ്ടിച്ചെടുത്തത്. അതിന്റെ പ്രകാശദീപ്തിയിലേക്ക് അവർ പ്രേക്ഷകരെ ഉണർത്തിയെടുക്കുകയായിരുന്നു. മധ്യവർത്തി ചലച്ചിത്രസംസ്കൃതിയുടെ ശക്തി ശ്രോതസും അതു തന്നെയായിരുന്നു.

എവിടെയാണ് എങ്ങിനെയാണ് നമുക്ക് ആ ബലം നഷ്ടപ്പെട്ടത്? സത്യസന്ധമായ ഒരുത്തരത്തിന് നമ്മുടെ സിനിമയുടെ വർത്തമാനകാല അപച്യുതിയുടെ സാഹചര്യത്തിൽ ഏറെ പ്രസക്തിയുണ്ട്.

കഥകളി ആചാര്യനായ കലാമണ്ഡലം കൃഷ്ണൻ നായർ പറഞ്ഞിരുന്നതോർക്കുന്നു:

''കഥകളിക്കു രണ്ടു തരത്തിൽ പ്രചാരം വർധിപ്പിക്കാം. ഒന്ന്, ആസ്വാദകനിൽ കഥകളിയുടെ ഉദാത്തസംസ്കാരത്തെക്കുറിച്ചൊരവബോധം സൃഷ്ടിച്ചെടുത്ത് ആ നിലവാരത്തിലേക്ക് അയാളുടെ ആസ്വാദനസംസ്കാരത്തെ വളർത്തിയെടുത്തിട്ട്. മറ്റൊന്ന്, കാണാൻ വരുന്നവന്റെ അഭിരുചി എവിടെ നിൽക്കുന്നോ ആ നിലവാരത്തിലേക്കു കഥകളിയെ ഇറക്കി കൊണ്ടുവന്നു അയാളെ പ്രീതിപ്പെടുത്തിയിട്ട്....ഇതിൽ ഏത് എന്നത് കൈകാര്യം ചെയ്യുന്ന ആൾക്ക് കഥകളിയോടുള്ള പ്രതിബദ്ധതയെ ആസ്പദമാക്കിയിരിക്കും."

കഥകളിയെക്കുറിച്ച് ആശാൻ പറഞ്ഞത് സിനിമയെക്കുറിച്ചും സത്യമാണ്.

എഴുപതുകളിൽ നിന്നും ഇരുപത്തിയൊന്നാം നൂറ്റാണ്ടിന്റെ ആദ്യദശകത്തിലേക്ക് മൂന്നുപതിറ്റാണ്ടിന്റെ അകലമുണ്ട്. അതിനിടയിൽ സാങ്കേതികതയിലും മാധ്യമത്തിന്റെ പ്രകൃതത്തിലും മാറ്റങ്ങൾ സംഭവിച്ചു. ഒപ്പം മനസിന്റെ സഞ്ചാരവേഗത്തിലും. പക്ഷേ ഈ മാറ്റങ്ങൾ പ്രേക്ഷകർക്കു മാത്രമായോ, ഏതെങ്കിലും വിഭാഗത്തിനു മാത്രമായോ അല്ല സംഭവിച്ചിട്ടുള്ളത്.... ഈ മാറ്റം സാർവത്രികമായി സംഭവിച്ചതാണ്. അതിന്റെ സ്വാധീനം മറ്റുള്ളവരിലെന്നപോലെ ഇവരടക്കമുള്ള ചലച്ചിത്രകാരന്മാരിലും നിഴലിക്കാതെവയ്യല്ലോ.

സിനിമയെന്ന മാധ്യമത്തിന്റെ ശക്തിസാധ്യതകളിലാകൃഷ്ടരായി ജോർജും മോഹനും ഈ മേഖലയിൽ കടന്നുവന്നപ്പോഴുണ്ടായ സാഹചര്യങ്ങളായിരുന്നില്ല ഇവർ സ്വതന്ത്രമായ ചലച്ചിത്രരചന നിർവഹിക്കുമ്പോൾ പ്രബലമായിരുന്നത്.

പൂനാ ഫിലിം ഇൻസ്റ്റിറ്റ്യൂട്ടിൽ വിദ്യാർഥിയായി ചേർന്നപ്പോഴുള്ള സിനിമാപരിഃസ്ഥിതിയിൽ നിന്നും എത്രയോ വ്യത്യസ്തമായിരുന്നു

*സ്വപ്നാടന*ത്തിന്റെ സംവിധാനം ജോർജ് കൈക്കൊള്ളുമ്പോഴുണ്ടായിരുന്നത്.

ശബരിമല ശ്രീ ധർമശാസ്തയിൽ എം കൃഷ്ണൻ നായരുടെ കളരിയിൽ സഹായിയായി ചേരുമ്പോഴുള്ള പരിഃസ്ഥിതിയായിരുന്നില്ല മോഹൻ *രണ്ടു പെൺകുട്ടികൾ* ഒരുക്കുമ്പോഴുണ്ടായിരുന്നത്.

എഴുപതുകളിൽ സാർവത്രികമായിരുന്ന സിനിമാ പരിഃസ്ഥിതിയിൽ നിന്നും ഏറെയേറെ വ്യത്യസ്തമായി എത്രയോ കാതം മുൻപിലായാണ് ഈ രണ്ടു ചലച്ചിത്രകാരന്മാരും തങ്ങളുടെ ചലച്ചിത്ര സപര്യനിവർത്തിക്കുവാനാരംഭിച്ചത്. കാലത്തിനു മുമ്പേ നടക്കുവാനുള്ള വരം എല്ലായ്പ്പോഴും കലാകാരനുണ്ടാകണമെന്നില്ലന്നതു നേര്. പക്ഷേ, അതിന്റെ പേരിൽ ഇവർ കാലത്തിനു പിൻതിരിഞ്ഞു നിൽക്കുന്നുവെന്നു കരുതുന്നതു അസംബന്ധമാണ്.

പിന്നെ എവിടെയാണ് പ്രശ്നം?

എന്താണു കാരണം?

നിർഭാഗ്യവശാൽ ഇതിനുത്തരം തേടുവാൻ നടന്നുകണ്ട അന്വേഷണങ്ങളേറെയും രോഗലക്ഷണങ്ങളെയാണ്; രോഗഹേതുക്കളേയോ രോഗത്തേയോ അല്ല ചികിത്സിക്കുവാൻ തേടുവാനും ശ്രമിച്ചു കണ്ടത്.

ഗ്രഹങ്ങളും ഉപഗ്രഹങ്ങളും അവയുടെ വൃന്ദങ്ങളും എന്നും എക്കാലത്തും നമ്മുടെ സിനിമയിലുണ്ടായിരുന്നു. അവ നിലനിൽക്കുമ്പോൾക്കൂടിയും സിനിമയുടെ ഗതിവിഗതികളുടെ കാര്യത്തിൽ ആത്യന്തികമായ നയതീരുമാനങ്ങൾ കൈക്കൊണ്ടിരുന്നത് ചലച്ചിത്രനിർമാണം ഒരു വ്യവസായമായി അനുവർത്തിക്കുമ്പോഴും അതിന്റെ കലാപരമായ പ്രസക്തിയെ നിരാകരിക്കാത്ത നിർമാതാക്കളുടെ നിരയും സ്വന്തം ചിത്രങ്ങളുടെ ദിശാ പ്രകൃതങ്ങളെക്കുറിച്ചു വ്യക്തവും സുതാര്യവുമായ കാഴ്ചപ്പാടുകളുണ്ടായിരുന്ന ചലച്ചിത്രകാരന്മാരും ചേർന്നായിരുന്നു; ഈ രണ്ടു വിഭാഗവും ചേർന്നു മാത്രമായിരുന്നു; മറ്റെല്ലാ ഘടകങ്ങളും ഇവർക്കു വിധേയമായിത്തന്നെയാണ് വർത്തിച്ചിരുന്നതും.

ഈ പരിഃസ്ഥിതി മാറിയതും വിധേയപ്പെട്ടു

എം ടി വാസുദേവൻ നായർ

കെ എസ് സേതുമാധവൻ

ഹരിഹരൻ

ഐ വി ശശി

രക്ഷാമാർഗം എത്രകാലമകലെ!?
'സാഗർ ഏലിയാസ് ജാക്കി'യിൽ നിന്ന്

നിന്നവർ അധീശഭാവം കയ്യാളിയതും ഒരു വലിയമാറ്റത്തിനു കാരണമായിട്ടുണ്ട് എന്നതും മറച്ചുവയ്ക്കാനാവില്ല. സ്വന്തം മേൽക്കോയ്മ സ്ഥാപിച്ചെടുക്കുവാനും അടിച്ചമർത്തി ഭരിക്കുവാനുമുള്ള ചില വിഭാഗങ്ങളുടെ ഒറ്റതിരിഞ്ഞും പരസ്പര ധാരണയിൽ പങ്കുചേർന്നുമുള്ള സഹജമായ വ്യാമോഹങ്ങൾ കൊണ്ടു മാത്രം ഈ പൊളിച്ചെഴുത്തു സാധ്യമാകുമായിരുന്നില്ല എന്നതുമോർക്കണം.

സൃഷ്ടിസ്ഥിതിലയങ്ങൾക്കധീശരായിരുന്നവർ അതല്ലാതെയായി മാറിയ ദുഃസ്ഥിതി തന്നെയാണ് ഇതിനനുകൂലമായ പഴുതു സൃഷ്ടിച്ചതെന്ന സത്യം ഒട്ടും അഭിമാനകരമല്ല. പക്ഷേ, നിർഭാഗ്യകരവും വേദനാജനകവുമാംവിധം അതു സത്യവുമാണ്. നിർണായക ഘടകങ്ങളായിരുന്നവർ ആശ്രിതവർഗമാകുവാനായി തമ്മിൽ മത്സരിക്കുമ്പോൾ, യജമാനൻ, സേവകനാകുമ്പോൾ പുതിയ നിർണായകശക്തികളും പുതിയ യജമാനന്മാരുമുണ്ടാവുക സ്വാഭാവികം. പുതിയ യജമാനന്മാർക്കാവട്ടെ തങ്ങളുടെയും തങ്ങളെ പിൻതാങ്ങിനിർത്തുന്ന ഉപഗ്രഹ–ഉപജാപക വൃന്ദങ്ങളുടെയും നിലനിൽപ്പിനും നേട്ടങ്ങൾക്കും അപ്രമാദിത്വത്തിനുമപ്പുറം മാധ്യമത്തോടു പ്രതിബദ്ധതയുണ്ടായില്ല. പ്രതിബദ്ധതയോടെ ആ നിയന്ത്രണം കയ്യാളേണ്ടിയിരുന്നവരാകട്ടെ ഇന്നിവിടെ ഉപഗ്രഹ–ഉപജാപക വൃന്ദങ്ങളിൽ കയറിപ്പറ്റുവാനോ അവരുടെ പ്രീതിപ്രാപ്തിയിലെത്തിപ്പെടുവാനോ മത്സരിക്കുകയുമാണ്!

ഈ സാഹചര്യത്തിൽ, ഈ പരിഃതസ്ഥിതിയിൽ കെ ജി ജോർജും മോഹനും നിഷ്കർമരാകുന്നതു ന്യായം. അവർ മാത്രമല്ല, തങ്ങളുടെ

സത്തയിൽ അഭിമാനവും മാധ്യമത്തോടു പ്രതിബദ്ധതയുമുള്ള ഏതൊരു ചലച്ചിത്രകാരനും താനീരംഗത്തു തുടരണമോ എന്നുതന്നെ സന്ദേഹം തോന്നുക സ്വാഭാവികമാണ്.

മാധ്യമത്തിന്റെ ഭാവിയെക്കുറിച്ച് നഷ്ടക്കണക്കുകൾ നിരത്തി സഹതാപക്കണ്ണുനീർ ഇരക്കുന്നവരും അടുത്ത വീർപ്പിൽ കുതിക്കുന്നത് കൂടുതൽ ആപൽക്കരമായ നഷ്ടച്ചുഴിയിൽ ചെന്നുപെട്ടിട്ടാണെങ്കിലും ചൂതാട്ടപ്പന്തലിൽ ഇരിപ്പിടമുറപ്പിക്കുവാനാണ്! നാളെ സിനിമ ഉണ്ടെങ്കിലെന്ത്; ഇല്ലെങ്കിലെന്ത്? ഇന്നു സിനിമയിൽ നിന്നുമൂറ്റിയെടുക്കാൻ കഴിയുന്നതു മാത്രമായിരുന്നു ലക്ഷ്യം! "ദീപസ്തംഭം മഹാശ്ചര്യം...." കുഞ്ചൻ നമ്പ്യാർ പാടിയത് അക്കാലത്തെക്കുറിച്ചു മാത്രമായിരുന്നില്ല, എക്കാലത്തും പ്രസക്തമാണ് കവി വചനം!

8

പി എൻ മേനോൻ എന്ന ഉത്തരം!

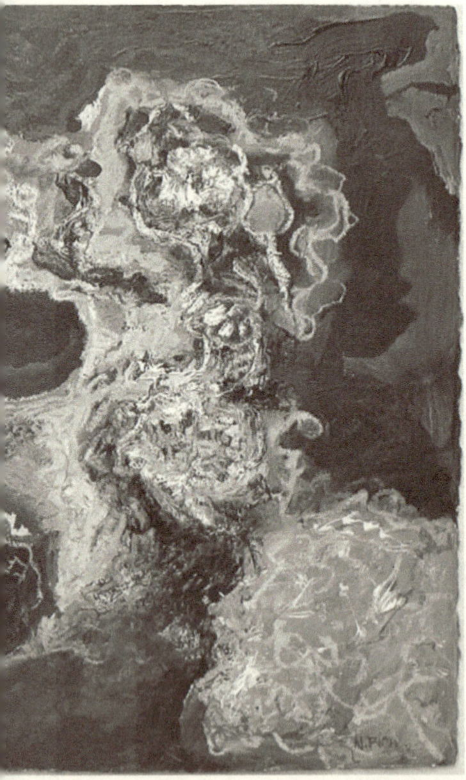

മച്ചാട്ട് ഗ്രാമത്തിലൊരു ബാലനുണ്ടായിരുന്നു. പാലിശ്ശേരിയിലെ നാരായണൻകുട്ടി.നാരായണൻകുട്ടി ആദ്യം പ്രണയിച്ചത് നിറങ്ങളെയാണ്. പിന്നെ നിഴലുകളെ. നിറങ്ങളോടുള്ള പ്രണയം നാരായണൻകുട്ടിയെ ചിത്രകാരനാക്കി. ചിത്രം വരയ്ക്കാൻ മനസുതുടിച്ചപ്പോൾ ബ്രഷില്ലെന്നതായി പ്രശ്നം. മുറപ്പെണ്ണിന്റെ മഹാമനസ്കത സഹായത്തിനെത്തി. കാച്ചിയ വെളിച്ചെണ്ണയുടെ മണമുള്ള അവളുടെ മുടിത്തുമ്പു മുറിച്ചു വാഴത്തണ്ടിൽ വാഴനാരുകൊണ്ടു ചേർത്തുകെട്ടിയപ്പോൾ ബ്രഷായി. അതുപയോഗിച്ചു നിറമുള്ള കുറേ പൂക്കൾ വരച്ചു.

നാരായണൻകുട്ടി എട്ടാം ക്ലാസിലെത്തിയപ്പോൾ ആദ്യമായി മായക്കാഴ്ചയുടെ മഹാത്ഭുതം കണ്ടു. തൃശൂരിലെ ജോസ് തിയേറ്ററിൽ *കിസ്മത്* എന്ന സിനിമ. വൈകാതെ സിനിമ എങ്കക്കാട്ടു ഗ്രാമത്തിലുമെത്തി. തിമിത്തി എന്നായിരുന്നു തിയേറ്ററിനു പേര്. ബാല്യത്തിൽ നമുക്കു

പലതരം ഹീറോമാരുണ്ടാകും. ആനക്കാരൻ, ബസ് ഡ്രൈവർ, പൊലീസുകാരൻ, ചൂരൽക്കഷായം വിളമ്പാത്ത മാഷ്....ഈണത്തിൽ *രാമായണം* വായിക്കുന്ന ഷാരടി, മദ്യപിച്ചു ലക്കുകെട്ടു തെരുവുനായയെ തൊഴിക്കുന്ന ചെല്ലപ്പൻ, സൈക്കിൾ യജ്ഞത്തിലെ അഭ്യാസി വാസു, കാർണിവലിലെ കത്തിയേറുകാരൻ ഷംസു, മരണക്കിണറിലെ മോട്ടോർ സൈക്കിളുകാരൻ ദാസൻ, മണിയോർഡർ കൊണ്ടുവരുന്ന പോസ്റ്റുമാൻ ശേഖരൻനായര് അങ്ങനെ പലരും.

പക്ഷേ, നാരായണൻകുട്ടിയുടെ ഹീറോ ഇവരാരുമായിരുന്നില്ല. തിമിത്തി തിയേറ്ററിലെ പ്രൊജക്ടർ ഓപ്പറേറ്റർ അഴകപ്പനായിരുന്നു ആരാധ്യപുരുഷൻ. അയാൾ ഇടവഴിയിലൂടെ നടന്നു പോകുമ്പോൾ നിറഞ്ഞ അത്ഭുതത്തോടെ നാരായണൻകുട്ടി ഒളിഞ്ഞുനിന്നുനോക്കും. ഈശ്വരാ... ഇയാളുടെ കയ്യിൽക്കൂടിയാണല്ലോ സിനിമ ഒഴുകി വരുന്നത്. ഇയാളല്ലാതെ പിന്നെയാരാണു മഹാൻ...!

അഭിമന്യു വൽസലാ കല്യാണം കാണാൻ ജ്യേഷ്ഠൻ ശങ്കരൻകുട്ടി പണം കൊടുത്തു. സിനിമ ഹരമായി. നിറങ്ങളോടുള്ള പ്രണയം നിഴലുകളോടുകൂടി സംക്രമിച്ചു. അമ്മയുടെ കാശുകുടുക്കയിൽ നിന്നും സിനിമ കാണാൻ പണം കട്ടെടുത്തിട്ടായിരുന്നു ഉപാസന. പുറകിലൊരിടത്തുനിന്നും പുകപോലെ വമിക്കുന്ന പ്രകാശം. ആ പ്രകാശമാണു സ്ക്രീനിലെത്തുമ്പോൾ വീരകഥാപാത്രങ്ങളാകുന്നത്. ആ പ്രകാശം വരുന്ന പ്രൊജക്ടറിലൂടെ ഫിലിം ചുരുളുകൾ ഓടുമ്പോൾ അതിലൂടെ പ്രകാശം കടത്തിവിടുമ്പോൾ, നിഴലുകൾ രൂപങ്ങളായി സ്ക്രീനിൽ പതിയുന്നു. അത്രയൊക്കെ നാരായണൻകുട്ടി ഊഹിച്ചെടുത്തു. കണ്ട സിനിമകളുടെ കഥ അഭിനയിച്ചു ഫലിപ്പിച്ചു വിസ്തരിച്ചു കൂട്ടുകാരോടു പറഞ്ഞു. പക്ഷേ, അത്രയുംകൊണ്ടു മതിയായില്ല നാരായണൻകുട്ടിക്ക്.

ഒരുതുണ്ടു ഫിലിം കയ്യിൽ കിട്ടിയാൽ തിയേറ്ററിൽ പ്രൊജക്ടർകൊണ്ടു കാണിക്കുന്ന മായാജാലം വീട്ടിൽ വച്ചൊന്നു പരീക്ഷിക്കാമായിരുന്നു.

ഓപ്പറേറ്ററെ പ്രീതിപ്പെടുത്താനായി, പിന്നെ ശ്രമം.

ആദ്യം ഒന്നിളിച്ചു കാണിച്ചു. അയാൾ തിരികെ കണ്ണുമിഴിച്ചു കാണിച്ചു. രക്ഷയില്ല....പഴുത്തു വിളഞ്ഞുനിന്ന പപ്പായ ഒരെണ്ണം വീട്ടിൽനിന്നു കൊണ്ടുകൊടുത്തു. അയാളതു മുഴുവൻ തിന്നുകഴിഞ്ഞപ്പോൾ ആവശ്യം പതുക്കെ അവതരിപ്പിച്ചു. കണ്ണുമിഴിച്ചൊരു നോട്ടം... നിഷേധാർഥത്തിൽ ഒരു തലയാട്ടൽ. ആനവാൽ തരപ്പെടുത്തുവാൻ ഇത്ര പാടില്ല!

നിരാശനായി പിൻവാങ്ങാനായിരുന്നില്ല നാരായണൻകുട്ടിയുടെ ഭാവം. റോബർട്ട് ബ്രൂസിന്റെ ചിലന്തി പഠിപ്പിച്ച പാഠം പഠിച്ചതു വെറുതെയല്ലല്ലോ. അറ്റകൈക്ക് വീട്ടിൽനിന്നു തേച്ചുമിനുക്കിയ ഓട്ടുമൊന്ത ഒരെണ്ണം മോഷ്ടിച്ചു കൈക്കൂലിയായി സമക്ഷത്തിൽ കാഴ്ചവച്ചു.

ഇക്കുറി ഓപ്പറേറ്റർ പ്രസാദിച്ചു.

ഒരുതുണ്ടു ഫിലിം സ്വന്തമായപ്പോൾ നാരായണൻകുട്ടിക്കു തോന്നി,

ലോകത്തിൽ വച്ചേറ്റവും ഭാഗ്യവാൻ താനാണെന്ന്.

ഗരുഡഗർവഭംഗം എന്ന സിനിമയിലെ ഒരു ചെറിയ സ്ട്രിപ്പായിരുന്നു അത്. ഭിത്തി സ്ക്രീനാക്കി ബുദ്ധിയായ ബുദ്ധിയത്രയും പ്രയോഗിച്ചു. ഒടുവിൽ ഫിലിംതുണ്ടിലെ ചിത്രങ്ങൾ ഭിത്തിയിൽ തെളിഞ്ഞു...! ചന്ദ്രനിൽ കാലുകുത്തിയപ്പോൾ ആംസ്ട്രോങ്ങിന് ഇത്ര സായൂജ്യം അനുഭവപ്പെട്ടിട്ടുണ്ടാവില്ല!

പി എൻ മേനോൻ

സ്ക്രീനിൽ ഒരു പരിഷ്കാരം വരുത്തി. അമ്മയുടെ ഒരു വെള്ളമുണ്ട് അയയിൽ ചാർത്തി, അതാക്കി സ്ക്രീൻ. അതിൽ *ഗരുഡഗർവഭംഗ*ത്തിലെ ഫ്രെയിമുകൾ വിട്ടുവിട്ടു തെളിഞ്ഞു. അയൽവക്കത്തെ കുട്ടികളും പെണ്ണുങ്ങളുമായിരുന്നു ആദ്യ പ്രേക്ഷകർ.

വീട്ടിൽ ഇളയവനായതുകൊണ്ടു തന്നിലിളയ പ്രേക്ഷകർ അവിടെയില്ല. മുതിർന്നവരെ വിളിക്കാൻ ധൈര്യവും വന്നില്ല.

എങ്കിലും ഒരു ദിവസം മുഖ്യാതിഥിയായി മുത്തശ്ശിയെത്തി.

മുത്തശ്ശിയെന്നാൽ അതിനപ്പുറം ആരുമില്ല നാരായണൻകുട്ടിക്ക്. പാട്ടു പഠിപ്പിച്ചത്, കഥകൾ പറഞ്ഞു തന്നത്, ഉത്രാളിക്കാവിലെ വിശേഷങ്ങൾ വർണിച്ചു വർണിച്ച് ആ കൊച്ചു മനസിനു മേഞ്ഞു നടക്കാൻ നിറമുള്ള വിസ്മയഗാഥകൾ ചൊല്ലിത്തന്നത്....ഒക്കെ മുത്തശ്ശിയാണ്.

മുത്തശ്ശി സിനിമ കണ്ടു, ആസ്വദിച്ചു, തലയാട്ടി. പിന്നെയൊരു ചോദ്യം:

"നാരായണൂട്ടിയേ.... ഈ തുണ്ടില് വെട്ടം കയറ്റി തുണിയേല് നീ ഇവറ്റയെ തെളിച്ചു കാണിച്ചൂല്ലോ?"

അഭിമാനവിജൃംഭിതനായി നാരായണൻകുട്ടി തലയാട്ടി.

"പക്ഷേ, ഇവറ്റ എങ്ങന്യാ നാരായണൂട്ട്യേ ഈ തുണ്ടില് കയറിപ്പറ്റ്യേ?"

ആ വശം നാരായണൻകുട്ടി ചിന്തിച്ചിട്ടുണ്ടായിരുന്നില്ല.

അതേ, ഈ രൂപങ്ങൾ, നിഴലുകൾ....ഇതെങ്ങനെ ഫിലിമിൽ കടന്നുകൂടി?

ഇതെങ്ങനെ പതിപ്പിച്ചെടുത്തു?

തല പെരുത്തപ്പോൾ ഫിലിമിൽ രൂപങ്ങൾ തെളിച്ചെടുക്കുന്നതിന്റെ സൂത്രവാക്യം തേടാതെ വയ്യെന്നായി.

നാരായണൻകുട്ടി പിന്നെ ജീവിതം മുഴുവൻ തേടിയത് മുത്തശ്ശിയുടെ ചോദ്യത്തിനുള്ള ഉത്തരമാണ്.

ബാല്യം കടന്നു; കൗമാരം താണ്ടി, യൗവനമായി....അതിനിടയിൽ അന്വേഷണത്തിന്റെ പാതയിൽ നാരായണൻകുട്ടി ചലച്ചിത്രകാരനായി. ദക്ഷിണേന്ത്യൻ സിനിമയിൽ കാഴ്ചയുടെ പുതിയ പൊരുളുകൾ ഉരുക്കഴിച്ച ഒറ്റയാൾ നക്ഷത്രമായി. തലമുറക്കൾക്കിവിടെ ഗുരുവായി.

ജീവിത സായാഹ്നത്തിൽ മറവിരോഗം നാരായണൻകുട്ടിയെ കീഴ്പ്പെടുത്തി ശയ്യാവലംബിയാക്കി.

ഉപബോധമനസിൽ ഓർമകളുടെ തെളിവരികുകൾക്കപ്പുറത്ത് അപ്പോഴും ആ മനസുതേടിയത് പതിറ്റാണ്ടുകൾക്കു മുൻപ് മുത്തശ്ശി ചോദിച്ച ചോദ്യത്തിനുള്ള ഉത്തരമായിരുന്നില്ലേ....!

2008 സെപ്റ്റംബർ ഒൻപതിന് ഒരോർമയായി കാഴ്ചയ്ക്കപ്പുറത്തെ അറിയാത്തീരത്തേക്ക് യാത്രയായപ്പോഴും ആ ചോദ്യത്തിന് ഉത്തരം തേടിത്തേടി സ്വയം സമർപ്പിക്കുകയായിരുന്നില്ലേ നാരായണൻകുട്ടി!

ഉത്തരം തേടിയുഴറിയുഴറി സ്വയം ഒരുത്തരമായി കാലത്തിന്റെ താളിൽ രേഖപ്പെടുത്തിയ ആ ജന്മത്തെ നാം വിളിച്ച പേര്....

പി എൻ മേനോൻ!

സ്വസ്തി.

9

വേണം ചില കരുതൽചിന്തകൾ

സമൂഹത്തിന്റെ ചൈതന്യപൂർണ്ണവും ചലനാത്മകവുമായ രംഗമാണ് ആശയവിനിമയ മേഖല. Communis എന്ന ആംഗലപദത്തിൽ നിന്നാണു Communication എന്ന പദത്തിന്റെ ഉൽപ്പത്തി. Communis എന്നാൽ പൊരുത്തം, പൊതു

നാളത്തെ ആഗോളഗ്രാമം

ഐക്യം എന്നാണർഥം. രണ്ടു സ്രോതസുകൾ തമ്മിലുള്ള പൊരുത്തം; സാമൂഹികമായ എല്ലാ ചലനങ്ങളുടെയും അടിസ്ഥാനം ആശയവിനിമയ പ്രക്രിയയായതുകൊണ്ട് പൊരുത്തപ്പെടൽ എന്ന അർഥവ്യാപ്തിയുമാകാം. സാമൂഹ്യസാമ്പത്തികവൈജ്ഞാനികതലത്തിൽക്കൂടി ഈ പൊരുത്തം ഇഴചേർന്നിരിക്കുന്നു. അതുകൊണ്ടു തന്നെ സന്ദേശങ്ങളുടെ, വാർത്തയുടെ, കേവലമായ കൈമാറ്റം മാത്രമല്ലാതാകുന്നു ആശയവിനിമയം. വിജ്ഞാനത്തിന്റെ പങ്കുവയ്ക്കൽ കൂടിയാണത്.

വ്യക്തിയുടെയോ സമൂഹത്തിന്റെയോ സഹജവാസനകളെ ഉയർത്തുകയും പ്രചോദിപ്പിക്കുകയും ചെയ്യുന്ന പ്രേരകശക്തിയായിത്തീരുക എന്നതാണ് ആശയവിനിമയസങ്കേതങ്ങളുടെ ദൗത്യം. എല്ലാ ജീവിതാവശ്യങ്ങളും സർഗാത്മകതയുടെ പാരമ്യമടക്കം... പ്രതിബിംബിക്കുകയും ചിന്തയെ കർമമാക്കി മാറ്റുകയും ചെയ്യുന്നു എന്നതാണ് അതിന്റെ മറ്റൊരു മുഖം.

ഇതുവരെയുള്ള കാലത്ത് മനുഷ്യസംസ്കാരത്തിന്റെ വളർച്ചയ്ക്കു ചാലകശക്തിയായി വർത്തിച്ചിരുന്ന ഒന്നാണ് മിഥോളജി. 21-ാം നൂറ്റാണ്ടാകുമ്പോഴേക്കും അതുപോലെയോ അതിലേറെയുമോ പങ്ക് ഇമേജോളജി വഹിക്കുവാൻ തുടങ്ങിയിരിക്കുന്നു. ഛായയുടെ പഠനമായിരിക്കുന്നു ഇന്ന് ഏറ്റവും പ്രധാനവും പ്രസക്തവും. സിനിമ, ടെലിവിഷൻ, ഇന്റർനെറ്റ് തുടങ്ങിയ മാധ്യമസാധ്യതകളുടെ വികാസവും മനുഷ്യസംസ്കാരത്തിന്റെ വളർച്ചയും പരസ്പര ബന്ധിതങ്ങളാണ്. ബൃഹത്തായ ഈ പ്രപഞ്ചത്തിന് മാധ്യമങ്ങളുടെ ഈ വർധിച്ച വ്യാപ്തിയോടെ അതിന്റെ ഘനമാണു നഷ്ടപ്പെടുന്നത്. അതിന്റെ ഫലമായി അതു സ്ഥലകാലങ്ങളിൽ നിന്നും കാര്യകാരണ ബന്ധങ്ങളിൽ നിന്നും സ്വതന്ത്രമാവുകയാണ്. നമ്മുടെ ബോധരൂപങ്ങൾക്കനുസൃതമായ ആടയാഭരണങ്ങളാണത് തിരഞ്ഞെടുത്തണിയുന്നത്. മനസ്സ് വസ്തുവിന്റെമേൽ നേടുന്ന ജയമാണിത്. സംഗീതശകലങ്ങൾപോലെ അനായാസം ചലിക്കുന്ന ചിത്രങ്ങൾ ചുരുൾ നിവർന്ന് വിനിമയത്തിന് പുതിയ മാനങ്ങൾ തീർക്കുകയാണ്. ഒരു കുടുംബത്തിനകത്തെന്നതുപോലെ കമ്യൂണിക്കേഷൻ നെറ്റ് വർക്കിനാൽ പരസ്പരം കോർത്തിണക്കപ്പെടുകയാണ് ലോകജനത ഇന്ന്.

ആഗോളഗ്രാമം എന്നു പറഞ്ഞിരുന്നത് ഇന്നൊരു സങ്കൽപ്പമല്ല; യാഥാർഥ്യമാണ്. പ്രപഞ്ചത്തിലെ അതിരില്ലാത്ത അറിവുകളെയും ആകസ്മിതകളെയും ഇതിന്റെ ഫലമായി മാധ്യമങ്ങൾ കടഞ്ഞെടുക്കുകയാണ്. പുതിയൊരു ഭാഷയും സംസ്കാരവും ജീവിതവുമുള്ള ഒരു മാനവികതയെ അനാവരണം ചെയ്തുകൊണ്ടു മാധ്യമങ്ങൾ ലോകത്തിന്റെ ഏതുകോണിൽ നടക്കുന്ന ഏതു സ്പന്ദനവും ഞൊടിയിടയ്ക്കുള്ളിൽ ദൂരങ്ങളും അതിർത്തികളും താണ്ടി ഓരോ വ്യക്തിയുടെയും മുൻപിൽ പ്രത്യക്ഷമാക്കുകയും ജീവിതത്തെ അപ്പാടെ സുതാര്യമാക്കുകയും ചെയ്യുകയാണ്. മാധ്യമങ്ങൾമൂലം ലോകം ഇന്ന് അതിരുകളില്ലാതെ, നിഗൂഢ

തകളില്ലാതെ, ഒന്നും ഒളിച്ചുവയ്ക്കുവാൻ കഴിയാതെ, തുറന്നു കിടക്കുകയാണ്. യുദ്ധംപോലും ഇതിനപവാദമല്ലാതായിരിക്കുന്നു.

മാധ്യമമേഖലയിൽ ഉണ്ടായതും ഉണ്ടായിക്കൊണ്ടിരിക്കുന്നതുമായ മുന്നേറ്റങ്ങൾ അത്ഭുതകരങ്ങളാണ്. Satellite communication, Multi media, News Rooms, Internet....ഈ ഡിജിറ്റൽ യുഗത്തിൽ Killing of the distance എന്നത് അക്ഷരംപ്രതി സാധ്യമായിരിക്കുന്നു. ലോകത്തെമ്പാടുമുള്ള കംപ്യൂട്ടർ മസ്തിഷ്ക്കങ്ങളിലൂടെ അന്യോന്യം അറിഞ്ഞു നിരന്തര വിനിമയത്തിലേർപ്പെട്ടിരിക്കുന്ന കോടിക്കണക്കിനു മനുഷ്യരുടെ കൂട്ടായ്മയായി നാം മാറിയിരിക്കുന്നു. എവിടെ തനിച്ചിരുന്നാലും ലോകമെമ്പാടുമുള്ള മനുഷ്യരുടെ നാഡീവ്യൂഹങ്ങളിലേക്കും അതുവഴി അവന്റെ സത്തയിലേക്കും *ഒരുലോകം ഒരേ മനുഷ്യർ* എന്ന ആശയസങ്കൽപ്പം ഒരു മന്ത്രംപോലെ പ്രവഹിപ്പിക്കുവാൻ ഇന്ന് ഇന്റർനെറ്റിനു കഴിയുന്നുണ്ട്!

മാധ്യമങ്ങളുടെ ഈ വർധിച്ച പ്രസക്തി ദ്വന്ദഭാവങ്ങളോടെയാണ് സമൂഹത്തിൽ പ്രതിഷ്ഠനേടുന്നത്.

മാധ്യമങ്ങളുടെ ജനകീയവൽക്കരണമാണ് അതിലൊന്ന്.

മനുഷ്യന് ഇന്ന് ഈ മാധ്യമങ്ങളുടെ സഹായത്തോടെ പലതും കൂടുതൽ പ്രാപ്യമാണ്. അവനു പുതിയഭാഷകൾ കേൾക്കാം. പുതിയ സംഗീതം ശ്രവിക്കാം. പുതിയ സംസ്കാരങ്ങളുടെ നിറച്ചാർത്തുകളെ നേരിട്ടനുഭവിക്കാം. ഇതുവരെ സങ്കൽപ്പമായി മാത്രം നിലനിന്നിരുന്ന ഈ അതിവിശാലമായുള്ള ലോകത്തെക്കുറിച്ചുള്ള കേട്ടറിവുകളിലൂടെയുള്ള അവബോധം അതോടെ സ്പന്ദിക്കുന്നൊരു യാഥാർഥ്യമായിത്തീർന്നിരിക്കുകയാണ്. അനുനിമിഷം നിവർത്തിതങ്ങളാകുന്ന യഥാർഥ സംഭവങ്ങൾ ഇനിമേൽ ദൂരക്കാഴ്ചകളല്ല. അകലങ്ങളുടെയും അതിർത്തികളുടെയും പരിധികളെ മറികടന്നു നിമിഷാർധത്തിനുള്ളിൽ അവ നമ്മുടെ മുൻപിലെത്തുകയും രാഷ്ട്രങ്ങളുടേയും പ്രസ്ഥാനങ്ങളുടെയും വ്യക്തികളുടെയും പ്രവർത്തനങ്ങളെ സുതാര്യമാക്കുകയും ചെയ്യുന്നു.

ഇതിനൊരു മറുവശമെന്നോണം മാധ്യമങ്ങൾക്കൊരു തമസ്കരണ സ്വഭാവമുണ്ട്. അതാണു ദ്വന്ദ്വഭാവങ്ങളിൽ രണ്ടാമത്തേത്.

മാധ്യമങ്ങളുടെ ഈ കുതിച്ചുകയറ്റം അധികാരകേന്ദ്രങ്ങൾക്കു അപകടകരമായൊരു ശക്തി പതിച്ചു നൽകിയിരിക്കുകയാണ്. ലോകത്തെവിടെയും ആരൊക്കെ എന്തൊക്കെ അറിയണം, കേൾക്കണം, കാണണം എന്നു തീരുമാനിക്കുന്നതു അധികാരകേന്ദ്രങ്ങളാകുമ്പോൾ, അധികാരകേന്ദ്രങ്ങൾ എന്നും വൻശക്തികളുടെ നിയന്ത്രണത്തിലാണെന്നതാണു അപകട സാധ്യതയാകുന്നത്.തന്നിഷ്ടപ്രകാരം മറ്റുള്ളരാജ്യങ്ങളുടെ മാധ്യമങ്ങളുടെ മേൽ കടന്നുകയറുവാനും അവയെ മാറ്റിമറിക്കുവാനും ഇതു വൻശക്തി രാജ്യങ്ങൾക്കു സാധ്യതകൾ തുറന്നുവയ്ക്കുന്നു.

ഈ പശ്ചാത്തലത്തിൽ നിന്നുകൊണ്ടുവേണം മാധ്യമങ്ങൾക്കുവേണ്ടിയുള്ള സൃഷ്ട്യുന്മുഖമായ രചനയെ സമീപിക്കുവാൻ. അക്ഷരങ്ങൾ ചേർന്നു വാക്കുകളുണ്ടാകുമ്പോൾ ആ ചേർച്ചയിലാണ് അർഥങ്ങൾ

ചാർത്തപ്പെടുന്നത്. ഫ്രെയിമുകൾ ചേർന്നു ചിത്രങ്ങളാകുമ്പോൾ ആ ചേർച്ചയുടെ പാരസ്പര്യത്തിൽ നിന്നാണ് അർഥകൽപ്പന. ചേർച്ചയും അതിലെ പാരസ്പര്യവുമാണ് അർഥമാനങ്ങളുടെ അടിസ്ഥാനമെന്നു പറയുമ്പോൾ ചേർച്ചക്കേടിന്റെ അപകടവ്യാപ്തികൂടി കരുതലായി നാമുള്ളിൽ പേറിയേ മതിയാകൂ....

വായനയിൽ അക്ഷരങ്ങളോടു സംവേദിക്കുന്നതു പ്രത്യക്ഷത്തിൽ കണ്ണുകളാണ് എന്നതുപോലെ കാഴ്ചയിൽ ദൃശ്യവുമായി സംവേദിക്കുന്നതും പ്രത്യക്ഷതലത്തിൽ കണ്ണുകൾതന്നെയാണ്. എന്നാൽ വായന സംഭവിക്കുന്നത്, വായിക്കുന്നതിലെ ചേർച്ചയുടെ പൊരുൾ വെളിവായി നിവർത്തിതമാകുന്നത് കണ്ണുകളിലല്ല. പ്രജ്ഞയിലാണ്. കാഴ്ച സംഭവിക്കുന്നതും അതുപോലെ കണ്ണുകളിലല്ല; തലച്ചോറിൽ തന്നെയാണല്ലോ. അതുകൊണ്ടാണ് കേൾവിയും സ്പർശവും ഗന്ധവും രുചിയുമെല്ലാം കാഴ്ചപോലെ തന്നെ അനുഭവമായി പ്രജ്ഞയിൽ പ്രകാശിപ്പിക്കപ്പെടുന്നത്. അക്ഷരവും കാഴ്ചയും പ്രജ്ഞയിൽ വെളിവെന്നതുപോലെ ക്യാമറയായും സ്ക്രീനായും പ്രൊജക്ട് ചെയ്യപ്പെടുവാനും ചാർജ് ചെയ്യപ്പെടുവാനും ഒരേസമയം കഴിവാർജിച്ച ആഗോളഗ്രാമത്തിലെ അതിരുകളില്ലാത്ത പൗരനാണ് വായനക്കാരൻ അല്ലെങ്കിൽ പ്രേക്ഷകൻ എന്ന സ്വീകർത്താവ്.

കൊച്ചിയിൽ കടവന്തറയിൽ ചിലവന്നൂർ റോഡിലെ ഒരു മുറിയിലിരുന്നു ജപ്പാനിൽ ഗതകാലശതകങ്ങളിലെന്നോ സംഭവിച്ചതായി അകിര കുറസോവ സൃഷ്ടിച്ചെടുത്ത ദൃശ്യാനുഭവം സ്വന്തം അനുഭവമായി എനിക്കു സാക്ഷാൽക്കരിക്കുവാൻ കഴിയുന്നതും കിസ്‌ലോവ്സ്കിയും ഗൊദാർദും ബർഗ്മാനും അന്റോണിയോനിയും തർക്കോവ്സ്ക്കിയും വെൽസും ഘട്ടക്കും ലീനും ഫെല്ലിനിയും അപരിചിത സംസ്കൃതിയുടെ ക്യാൻവാസുകളിൽ പോറിയിട്ട രക്തം കിനിയുന്ന അനുഭവ സാക്ഷാൽക്കാരങ്ങളെ മുറിവായും രോഷമായും പ്രത്യാശയായും കിനാവായും എനിക്കെന്റെ ഹൃദയത്തിൽ ഈ കൊച്ചുമുറിയുടെ മൂലയിലിരുന്നുകൊണ്ടു ഏറ്റുവാങ്ങാൻ കഴിയുന്നതുമായ ഒരു സാധ്യതയുടെ അഗ്നിശുദ്ധി നിറവായി നിൽക്കുന്ന ഭൂമികയിൽ നിന്നുകൊണ്ടാണ് ഇവിടെ രചന നിർവഹിക്കപ്പെടുന്നത്. ഇത് സർവപ്രധാനമാണ്. കണ്ണിൽ വന്നെത്തുന്ന പ്രത്യക്ഷകാഴ്ചയെ ഇതു ജനിപ്പിക്കുന്ന ചിന്തയുടെയും ദർശനത്തിന്റെയും അനുകരണങ്ങളോടെ ലോകമെങ്ങുമുള്ള പ്രേക്ഷകന്റെ പ്രജ്ഞയിലേക്കും ചിന്താധാരയിലേക്കും പകർന്നുകൊടുക്കുവാൻ നിമിത്തമാകേണ്ടതാണ് ഈ മേഖലയിൽ ഇന്നു നമുക്കു പ്രയോഗഭാഷ.

ഇരുപത്തിയാറ് അക്ഷരങ്ങൾക്കപ്പുറം ഇംഗ്ലീഷിനും അൻപത്തിരണ്ട് അക്ഷരങ്ങൾക്കപ്പുറം മലയാളത്തിനും ഭാഷയും വ്യാപ്തിയും ഉണ്ടാകേണ്ടിയിരിക്കുന്ന ഒരു പശ്ചാത്തലത്തിലാണ് നാം വർത്തിക്കുന്നത്. പ്രത്യക്ഷത്തിലെ അർഥസാധ്യതകൾക്കപ്പുറത്തു പ്രസക്തിയും പ്രാധാന്യവും അധികമാനവും തലങ്ങളും വാക്കുകൾ ആർജിക്കുമെന്നറിയുമ്പോൾ അവ അതിസൂക്ഷ്മമായ പ്രയോഗം ആവശ്യപ്പെടുന്നതായിക്കൂടി നാം

മനസിലാക്കണം. തെറ്റായ ഒരു പ്രയോഗം സൃഷ്ടിക്കാവുന്ന അപകട വ്യാപ്തി അതിഭീകരമാണ്. അനുനിമിഷം മാറിവരുന്ന മൂല്യങ്ങളുടെ ഭാവപ്പകർച്ചകൾക്കിടയിൽ ഇന്നൊരു മാധ്യമപ്രവർത്തകന് ഭാഷയെ, വാക്കുകളെ, ആരാധനയിൽ മന്ത്രസൂക്തങ്ങളെ എന്നതുപോലെ, അനുഷ്ഠാനത്തിൽ അർച്ചനദ്രവ്യങ്ങളെ എന്നതുപോലെ കണ്ടേ മതിയാകൂ; ഉപയോഗിച്ചേ തരമുള്ളു.

പ്രയോഗതലത്തിലെ ദൃഷ്ടാന്തങ്ങളിലേക്കു കടക്കുന്നില്ല. പാഠഭാഗങ്ങളിലെ പ്രയോഗഭാഗങ്ങളിലെ ദൃഷ്ടാന്ത സൂചനകളുടെ വിശദമായ പിൻബലത്തോടെ മാത്രമേ അവ പ്രസക്തവും വ്യക്തവുമാകൂ. സൈദ്ധാന്തിക തലത്തിലും ദീർശനിക തലത്തിലും പ്രയോഗതലത്തിലും ദൃശ്യമാധ്യമ പ്രവർത്തകന്റെ തൂലികയുടെ ശക്തി-പ്രസക്തി-സാധ്യത-വ്യാപ്തികളോടൊപ്പം അപകട-ദുരന്ത-ഭീഷണികളെക്കൂടി തിരിച്ചറിയാൻ ഉപകരിക്കുകമാത്രമാണു ഈ പശ്ചാത്തലപാർശ്വചിന്തയുടെയും വിചാരണയുടെയും ലക്ഷ്യം.

കാഴ്ചയ്ക്ക് അകമ്പടിയായി വാക്കും, വാക്കിനകമ്പടിയായി കാഴ്ചയും മാറിയും മറിഞ്ഞും വരാവുന്ന ഒന്നാണ് ഇവിടെ പ്രവർത്തന മണ്ഡലം. ഓരോ വാക്കും ഓരോ പങ്ചേഷനും എവിടെ പ്രയോഗിക്കുന്നു എന്നതിനനുസരിച്ച് അർഥമാനങ്ങൾ മാറിവരുന്നു. ദൃശ്യവിന്യാസത്തോടൊപ്പം വിനിമയത്തിന്റെ ലക്ഷ്യം പ്രാപ്തിയുടെ ദിശയിലേക്കുതകുംവിധമാകേണ്ടിയിരിക്കുന്നു പദവിന്യാസവും.

പങ്ചേഷൻ മാർക്കുകളുടെ പ്രാധാന്യത്തെക്കുറിച്ചു ഒരു സോദാഹരണ പാഠക്ലാസ്സിൽ പഠിച്ച പഴയൊരു പാഠം ഓർമവരുന്നു. വധശിക്ഷ കാത്തുകിടക്കുന്ന ഒരു പ്രതി, അന്തിമതീർപ്പുവരുന്നതും കാത്തിരിക്കുമ്പോൾ അതാവരുന്നു തീർപ്പ് കേബിൾ സന്ദശമായി.

Kill him; not let him live.

അക്ഷണം അവർ വധശിക്ഷ നടപ്പിലാക്കി. പിന്നെയാണു പൂർണ്ണ വിരാമം ഉദ്ദേശിച്ചിടത്തല്ല ഒരു വാക്കുമുമ്പേയാണ് കേബിളിൽ തെറ്റായി വന്നതെന്ന വെളിപ്പെടുത്തൽ.

Kill him not; let him live.

എന്നതായിരുന്നു യഥാർഥസന്ദശമെന്നു വിശദീകരിക്കപ്പെടുമ്പോഴേക്കും വധശിക്ഷ നടപ്പാക്കി കഴിഞ്ഞിരുന്നു?

അതുപോലെ ഒരു ദൃശ്യത്തിനു മുൻമ്പുംപിൻപും നാം കാണിക്കുന്ന അടുത്ത ദൃശ്യത്തിനനുസരിച്ചായിരിക്കും ആദ്യദൃശ്യത്തിന്റെ അർഥമെന്നത് ദൃശ്യഭാഷയിൽ ആദ്യം പഠിക്കുന്ന പാഠമാണ്. കണ്ണുകൾ ഒരൽപ്പം മിഴിച്ച് ഒരൽപ്പം അത്ഭുതവും അമ്പരപ്പും വിമ്മിഷ്ഠവും പ്രകടിപ്പിക്കുന്ന ഒരു നടന്റെ മുഖസമീപദൃശ്യമാണ് മുൻപിലെന്നു കരുതുക. അതിനു മുൻപോ പിൻപോ ചേർത്തു കാണിക്കുന്ന ദൃശ്യത്തിനെങ്ങനെ ഈ ദൃശ്യത്തിന് അർത്ഥാന്തരമുണ്ടാക്കുവാൻ കഴിയുന്നു എന്നു പരിശോധിക്കാം. നാവിൽ വെള്ളമൂറുന്ന രുചികരമായ ഭക്ഷണം നിറച്ച ഒരു താലം കാണിച്ച

ശേഷമാണ് മുഖത്തിന്റെ സമീപദൃശ്യം കാണിക്കുന്നതെങ്കിൽ അതിനുള്ള അർഥമാവില്ല അർദ്ധനഗ്നയായികുളിക്കുന്ന ഒരു യുവസുന്ദരിയുടെ ദൃശ്യത്തോടു ചേർന്ന് ആ ദൃശ്യം വരുമ്പോഴോ ഒരാളുടെ പോക്കറ്റിൽ നിന്നും സമർത്ഥമായി പഴ്സ് മോഷ്ടിക്കുന്ന ഒരാളുടെ ദൃശ്യത്തോടു ചേർന്ന് ആ ദൃശ്യം വരുമ്പോഴോ നമുക്കു പകർന്നു കിട്ടുക! ഒരേ ദൃശ്യം ഒരേ ഭാവം അതു പ്രതിഷ്ഠിക്കപ്പെടുന്ന സന്ദർഭത്തിനനുസരിച്ചു അർഥവ്യാഖ്യാനങ്ങൾ സ്വീകരിക്കുന്ന ഈ അവസ്ഥ ദൃശ്യഭാഷയുടെ അധിക സാധ്യതയാണ്; പ്രാപ്തിയും വ്യാപ്തിയുമാണ്; ഒപ്പം വക്രീകരണത്തിലേക്കു വഴുതാവുന്ന അപകട സാധ്യതയുമാണ്. ഇതോടു ചേർത്തു പ്രതിഷ്ഠിക്കുവാനുള്ള വാക്കുകളും ഇതേ അധിക വ്യാപ്തിയും അപകടസാധ്യതയും ഒരേസമയം പേറുന്നുണ്ടെന്നു നാമറിഞ്ഞിരിക്കണം. വളരെ ഗൗരവാവഹവും ഉത്തരവാദപ്പെട്ടതുമായ ഒന്നാണ് ദൃശ്യമാധ്യമരചന എന്നാണിതു സൂചിപ്പിക്കുന്നത്. അതിന്റെ സൃഷ്ടിപരത യാഥാർഥ്യത്തിന്റെ പൂരണമാകുന്ന പുനർവ്യഖ്യാനത്തിനും അതിന്റെ അനുഭവസാക്ഷാത്ക്കാരത്തിനും വെളിച്ചമാകേണ്ടിയുമിരിക്കുന്നു.

അച്ചടി മാധ്യമത്തിനുവേണ്ടിയുള്ള സൃഷ്ട്യുന്മുഖ രചനയേക്കാൾ ക്ലേശകരവും അപകടകരവും അതേസമയം ഫലപ്രദവും വ്യാപ്തിസാധ്യതകളുള്ളതുമായി ദൃശ്യമാധ്യമത്തിനു വേണ്ടിയുള്ള സൃഷ്ട്യുന്മുഖരചന പ്രസക്തിനേടുന്നതിതുകൊണ്ടാണ്. അത് ഒരേസമയം അതിസങ്കീർണവും അതി തീക്ഷ്ണവും തീവ്രവുമാണ്; അതേസമയം അതി ലളിതവും ഋജുവുമാണ്; co-authoring-ന്റെ സാധ്യതകൂടി കണക്കിലെടുക്കുമ്പോൾ സ്വീകർത്താവായ കാഴ്ചക്കാരൻ തന്റെ ജീവിതത്തോടു ചേർത്തുകൊണ്ടാണ് ഓരോ കാഴ്ചയും പ്രജ്ഞയിൽ അനുഭവസാക്ഷാത്ക്കാരമാക്കുന്നതെന്നു വരുമ്പോൾ, അവിടെ അർത്ഥതലങ്ങൾ കൂടുതൽ മാനങ്ങളിലേക്കു വ്യാപിക്കുകയാണ്. ദൃശ്യമാധ്യമ കലാകാരൻ തൊടുക്കുന്ന ഏക അമ്പ് കൊള്ളുന്നത് അനേകരിലാണ്. അനുഭവസാക്ഷാത്ക്കാര

അകിര കുറസോവ

അന്റോണിയോണി

ബെർഗ്മാൻ

ഫെല്ലിനി

ത്തിൽ അത് അതിലേറെയാണ്. ഓരോ പ്രേക്ഷകനും സ്വീകരിക്കുന്നത് ഓരോ വ്യത്യസ്ത ദൃശ്യപ്പൊരുളിനെയാണ്.

ഈ പ്രക്രിയയുടെ സങ്കീർണത ലാളിത്യമായും ലാളിത്യം സങ്കീർണ തയായും തിരിച്ചറിയുവാൻ കഴിയുമ്പോഴും, അതിനായുള്ള ക്ലേശഭരിത മായ വേദന അതിന്റെ ഫലശ്രുതിയിലുള്ള ഉന്മാദഭരിതമായ ആഹ്ലാദം തന്നെയാണെന്ന് അനുഭവബോധ്യമാക്കുകകൂടി ചെയ്യുമ്പോഴും മാത്രമേ സൃഷ്ട്യുന്മുഖമായ ദൃശ്യമാധ്യമ രചനയുടെ ആദ്യപാദം വഴങ്ങുന്നതായി ഉറപ്പിക്കാനാകൂ.... തുടർന്നങ്ങോട്ടുള്ള പാദങ്ങളാവട്ടെ ഓരോ അന്വേഷ കനും തന്റേതുമാത്രമായ ചാലുകൾ സ്വയം വെട്ടിത്തെളിച്ചു സ്വയം താണ്ടുവാനുള്ളവയെന്നാണു പൂർവസൂരികളുടെ അനുഭവസാക്ഷ്യവും.

മാധ്യമരംഗത്തെ രാജശിൽപ്പികളിലൊരാളായിരുന്ന ഫ്രാങ്ക്മൊ റൈയ്സ് അച്ചടി മാധ്യമത്തെക്കുറിച്ചു പറയുന്ന കൂട്ടത്തിൽ ഒരു നേർ ക്കാഴ്ചയിൽ ഒരിക്കൽ പറഞ്ഞു:

“മാധ്യമമേഖല ഒരു മഹാസാഗരമാണ്. അതു പൂർണമായി നീന്തി താണ്ടിയവരായി ആരുമില്ല. ഏങ്കിലും ആകാവുന്നിടത്തോളം നീന്തി പിന്നിടുവാൻ ശ്രമിക്കാം.... അതിൽനിന്നും ലഭിക്കുന്ന ഉദ്വേഗവും തൃപ്തിയും തന്നെയാണു ഈ മേഖലയ്ക്കു പകർന്നു തരാനിരിക്കുന്ന ലഹരി....”

ഫ്രാങ്ക് മൊറൈയ്സിന്റെ വാക്കുകൾ ദൃശ്യമാധ്യമ മേഖലയെ സംബ ന്ധിച്ചു നൂറുശതമാനം പ്രസക്തമാണ്. മറ്റെങ്ങും ലഭിക്കാത്ത ഉന്മാദവും തൃപ്തിയും ഒപ്പം അതിനൊത്ത കിതപ്പും തളർച്ചയും നൊമ്പരത്തീയും ജാഗ്രതയുടെ മൂർച്ചയും ദൃശ്യമാധ്യമ രചനയുടെ ഓരോ പാദവും കാത്തു വച്ചിരിക്കുന്നു. അതിന്റെ ലഹരിയാകട്ടെ അതു കീഴടക്കുവാനുള്ള പീഡാ നുഭവങ്ങൾക്കായി സ്വയം സമർപ്പിക്കുന്നവർക്കു മാത്രം അവകാശപ്പെ ട്ടതുമാകുന്നു...!

www.ingramcontent.com/pod-product-compliance
Lightning Source LLC
LaVergne TN
LVHW100407051026
849518LV00003B/1179

* 9 7 8 8 1 2 6 2 0 2 6 4 5 *

9 788126 202645